கவிதைகளின் உலகில்

சமகாலக் கவிதைகள் பற்றிய அறிமுகம்

ந.முருகேசபாண்டியன்

வேரல்
புக்ஸ்

வேரல் புக்ஸ் வெளியீட்டு எண்: 88

கவிதைகளின் உலகில் * ந.முருகேசபாண்டியன்© * கட்டுரைகள் *
முதல் பதிப்பு: அக்டோபர் 2023 * பக்கங்கள்: 104 *
வேரல் புக்ஸ் * 6, இரண்டாவது தளம், காவேரி தெரு, சாலிகிராமம், சென்னை - 600093 *
மின்னஞ்சல்: veralbooks2021@gmail.com * தொலைபேசி: 9578764322 *
அட்டை வடிவமைப்பு: லார்க் பாஸ்கரன் * லேஅவுட்: சந்தோஷ் கொளஞ்சி

Kavithaigalin Ulagil * N.Murugesapandiyan© * Essays *
First Edition: October 2023 * Pages: 104 *
Veral Books * No: 6, 2nd Floor, Kaveri Street, Saligramam, Chennai - 600093 *
Email ID: veralbooks2021@gmail.com * Phone: 9578764322 *
Wrapper Designed by: Lark Bhaskaran * Layout Designed by: Santhosh kolanji

Rs. 140

ISBN: 978-81-966624-4-8

இனிய நண்பர்கள்

கவிஞர் யவனிகாஸ்ரீராம்

கவிஞர் செல்மா ப்ரியதர்சன்

ஆகியோருக்கு

என்னுரை

புத்தக வாசிப்புமூலம் இலக்கிய உலகில் அடியெடுத்து வைக்கிற எல்லோருக்குள்ளும் ஏதோவொரு அளவில் அழகியல் உணர்வு ததும்புகிறது. பின்னர் மனதில் தோன்றும் வரிகளில் தொனிக்கிற கவித்துவம், நாளடைவில் கவிதையாக வடிவெடுக்கிறது. எழுபதுகளில் தீவிர இலக்கிய வாசகனாக நான் மாறியபோது முதலில் கவிதைதான் எழுதினேன். அச்சு ஊடகத்தில் எனது பெயரில் வெளியான எனது முதல் கவிதை தந்த போதைக்கு அளவேது? ஒரு கவிதைத் தொகுப்பு வெளியிடுமளவு என் கைவசம் கவிதைகள் இருந்தாலும் ஏனோ அதற்காக மெனக்கெடவில்லை. சரி, இருக்கட்டும்.

சங்கக் கவிதைகள் முதலாக இரண்டாயிரமாண்டுப் பாரம்பரியமான தமிழ்க் கவிதைகள் இன்றைக்கும் ஈரத்துடன் இளமையாக இருக்கின்றன. யாரோ ஒருவர் எப்பொழுதோ எழுதி, எதோவொரு நாளில் வாசித்த கவிதை வரிகள், அவ்வப்போது மனதில் மின்னுவது அற்புதம் இல்லையா? ‘அற்றைத் திங்கள் அவ்வெண்ணிலவில்’ என்ற புறநானூற்றுக் கவிதை வரி, மனதில் தோற்றுவிக்கிற காட்சிக்கு நிகர் ஏது? நண்பர்கள் எழுதிய கவிதைத் தொகுப்புகள் பற்றிய என்னுடைய கருத்துகளை அவர்களுடன் நேரில் பகிர்ந்திருக்கிறேன். சிலவேளைகளில் கவிதைத் தொகுப்புகள் பற்றி எழுதிய விமர்சனங்கள் பத்திரிகைகளில் பிரசுரமாயின. பிற இலக்கிய வகைமைகளுடன் ஒப்பிடும்போது கவிதைத் தொகுப்புகள் பற்றிய எனது விமர்சனங்கள் குறைவுதான்.

நவீன கவிதையை விமர்சித்திட, விமர்சனக் கருவிகள் குறைவாக உள்ள சூழலில், கவிதை பற்றிய மறு பேச்சுகள் பெரிய அளவில் பரவிடாதநிலை நிலவுகிறது. கவிதை வாசிப்பில் எனக்குள் உருவாக்கிய பதிவுகள்தான் விமர்சனமாக வெளிப்பட்டுள்ளன. மங்கலான கவிதைமொழிபோல கவிதை விமர்சனமும் ஒருநிலையில் மங்கலாக இருப்பது தவிர்க்க இயலாதது.

'கவிதைளின் உலகில்' நூலில் இடம்பெற்றுள்ள கவிதை பற்றிய எனது அறிமுகமும் விமர்சனமும் இலக்கிய உலகிற்கு அறிமுகமாகிற இளம் வாசகர்களின் தேடுதலைத் துரிதப்படுத்தும் என்று நம்புகிறேன்.

'கவிதைளின் உலகில்' புத்தகத்தை வேரல் பதிப்பகம் மூலம் வெளியிடும் நண்பர்கள் லார்க் பாஸ்கரன், கவிஞர் அம்பிகா குமரன் ஆகியோருக்கு நன்றி.

என் எழுத்துப் பணிக்குப் பின்புலமாக விளங்குகிற அன்புத் துணைவி உஷாவின் ப்ரியமும் நேசமும் என்றும் தீராதது.

ந.முருகேசபாண்டியன்
மதுரை
9443861238

உள்ளே

உயிர்த்திரு

கவிதை மொழி, மனத்துடன் நெருங்கிய தொடர்பு உடையதால் கருத்துப் புலப்பாட்டில் பல்வேறு தளங்களில் விரியும் சாத்தியமுள்ளது. அது உரத்து முழங்கும் பிரகடனத்திலும் தத்துவக்கசிவிலும்கூட வெளிப்படுகிறது. வாசிப்பில் கவிதைப் பிரதி மொழி காரணமாக மாறுபட்ட அர்த்தங்களைத் தருவதனால், கவிதை இருண்மைக்குள் சிக்கிக்கொள்கிறது. மொழியடிப்படையில் வரிகளை நுணுகி ஆராய்ந்தால் ஓரளவு விளங்கிக் கொள்ளுமாறுதான் தமிழ்க் கவிதைப் பரப்பு உள்ளது. படைப்பின் ஆதாரத்தினை விளங்கிக்கொள்ள, படைப்பு மூலத்தினைக் கண்டறிய வேண்டிய தேவையைக் கவிதை வாசகனிடம் கோருகின்றது. அது சாத்தியமற்ற நிலையில், பிரதி தரும் அனுபவம் சார்ந்து கவிதை வாசிப்பு இயங்குகின்றது.

வரலாற்றில் தமிழ்க் கவிதையானது, மருத்துவம், ஜோதிடம் மனையடி சாஸ்திரம் போன்ற பல்துறை அறிவினை வெளிப்படுத்துமாறு, எளிய யாப்பமைதியும், சந்த ஒழுங்கும் அமைய ஊடகமாகச் செயல்பட்டுள்ளது. இவ்வடிப்படையில் இன்றும் பலர் ஏதேனும் ஒரு தத்துவத்துடன் தம்மை ஐக்கியப்படுத்திக்கொண்டு, தத்துவத்தைக் கவிதையாக்குகின்றனர். ஆனால் கவிதை அசலானதாகவும் சுய ஆளுமை மிக்கதாகவும் வெளிப்பட்டாலும் தத்துவக் கசிவைத் தாண்டி, மருத்துவக் கவிதை போலத் தத்துவக் கவிதையையும் இனம் பிரித்து ஒதுக்கிவைத்துவிடும் அபாயமுள்ளது.

'உயிர்த்திரு' கவிதைத் தொகுப்பின்மூலம் தனக்குள்ளான கருத்துலகில் பயணப்படும் ஆர்.கே.யின் மனம் எதிர்கொண்ட புறவுலகக் காட்சிகள் மற்றும் அனுபவங்களைப் புரிந்துகொள்ள முடிகிறது. புராணம், அறவியல், அறிவியல் சார்ந்த ஆர்.கே.யின் கவிதைக் குரலில் 'நான்' உரத்து ஒலிக்கிறது. ஆர்.கே.யின் நான் சுயத்தின் வெளிப்பாடு; தனிமனித மனத்தில் ஆன்மீகத் தேடலின் விளைவாகச் சித்திரிக்கப்பட்டுள்ளது. 'நான் தப்பிக்கும் மார்க்கம்

என்ன', 'நான் என்ன கொடுத்தேன் உனக்கு', 'நான் கல் தான்', 'பசியுடன் பூதமும் நானும்', 'மரம் நான்', 'என்னிடம் எஞ்சியிருப்பது என் உடல் மட்டுமே', 'ஒரு பூவில் அடங்கும் என் வானம்' இப்படிக் கவிதைகளில் பல இடங்களில் வரும் நான் தனிமனித முனைப்பு என்ற நிலையைத் தாண்டிச் செல்வதில்லை. சுய அனுபவங்கள் சார்ந்த அனுபவங்களின் விமர்சனரீதியிலான பல 'நான்'களின் தொகுப்பு, வாசகனுக்குக் கவிதையில் மாறுபட்ட தளங்களைக் காட்டும். ஆனால் ஆர்.கே.யின் 'நான்' கவிஞருடன் பிரிக்கவியலாமல் செயற்படுவதனால், வாசகரைக் கவிதையுடன் ஒன்றுபடுவதிலிருந்து தடுக்கிறது.

ஆர்.கே.யின் கவிதைகளின் இயங்குதளம் தத்துவம் மட்டுமே சார்ந்திருப்பது பலவீனமான அம்சமாகும். இன்று பிரபஞ்சத்தில் மனித இருப்பு என்பது இதுவரை மனிதன் கண்டறிந்த கருத்தியல்களின் மறுதலிப்பாக உள்ளது. விடுதலை, மீட்சி, புரட்சி என நம்பிக்கை கொள்ளச் சொன்ன தத்துவங்கள், மாபெரும் ஆளுமைகள் உடைபடுகையில், ஆர்.கே.சித்திரிக்கும் கருத்தியல் மட்டும் விதிவிலக்கா என்ன ? அதுவும் கவிதைக்குள் தோய்ந்து வெளியானாலும், தத்துவம் வாசிப்பில் அலுப்பையே தருகின்றது.

அடையாறில் ஓர் ஆலமரம் எரிந்தது என ஜே.கிருஷ்ணமூர்த்தியுடன் தன்னை இனங்காணும் ஆர். கே.யின் மனம், ஒளி உலகமெங்கும் / பரந்தது எனக் கண்டறிந்து, உறங்கிய உலகம் ஒன்று / விழித்துக் கொண்டது எனத் திருப்தியடைந்து இறுதியில் ஆலமரத்தடியில் / கோடி சூரிய வெயில் என மகிழ்வடைகிறது. ஜே.கிருஷ்ணமூர்த்தி, கவிஞரின் மனதில் தோற்றுவிக்கும் எண்ண அலைகளைப் பதிவாக்காமல் வெறுமனே வெளிப்பட்டுள்ள கவிதைக்கும், 'கிழக்கு சிவக்கும்' என்ற வெற்றுக் கோஷத்துக்கும் அடிப்படையில் வேறுபாடு கிடையாது. ஒரு குறிப்பிட்ட தத்துவம் வாழ்வின் அடிப்படையாகி, அது தோற்றுவிக்கும் அனுபவங்களை உள்வாங்கிச் செரித்து எழுதப்படும் ஆக்கமான முயற்சியினால் கவிதை சிறப்படையும். கவிஞரின் தத்துவ ஆர்வம் மட்டும் கவிதைக்குப் போதாது.

ராம் / அறம் என்பன் மரூஉ / இயற்கையின் நியதி/ மறைந்துள்ள மந்திரம் / உலகின் ஜீவ இயக்கம் / தர்மத்தின் அச்சில் சுழல்கிறது.

அண்டம் / ராம் அந்த அச்சு என்று இந்துத்துவத்தைப் பிரதிநிதித்துவப்படுத்தும் கவிதையில் வெறுமனே அறவியல் போதனைதான் உள்ளது. ஆர்.கே.யின் தீவிரக் கருத்துலக வெளிப்பாடு, வெறும் வரிகளைக் கவிதையாக அடுக்கத் தொடங்கி விடுகிறது; அது வாசகனுக்குப் புதிய அனுபவத்தைத் தருவதில்லை. பல்துறைப் புலமையும், பரந்துபட்ட அறிவுலகத் தேடலும், மொழியாளுமையும் மிக்க ஆர்.கே.கவிதையாக்கத்தில் கருத்தியல் வெறியை மட்டுப்படுத்த வேண்டியது அவசியம். அப்பொழுதுதான் ஆர்.கே.யின் கவிதையுலகு இயல்பாக வெளிப்பட்டுப் புதியதான தளங்களை வெளிப்படுத்தும்.

ஆர்.கே.யின் தத்துவத் தேடலையும் மீறி, அலையோரம், வெட்சி, பென்சில், வலி, பள்ளம், முதல் அதிசயம், கல் போன்ற சிறந்த கவிதைகள் தொகுப்பினுள் இடம் பெற்றுள்ளன.

காலத்தை / முகத்தில் சுமந்து கொண்டு / காத்திருந்தனர் / அவனும் அவளும் / எதிரும் புதிருமாக என முடியும் 'பள்ளம்' கவிதையில் அன்றாடம் எதிர்கொள்ளப்படும் சாதாரண நிகழ்வு, 'மனம்' உணரும் இழப்பாக நுணுக்கமாகக் கவிதையாக்கப்பட்டுள்ளது.

'முதல் அதிசயம்' கவிதை, தொகுப்பிலுள்ள சிறந்த கவிதைகளில் ஒன்று. மனிதன், பிரபஞ்சத்துடன் கொள்ளும் உறவு புரிந்து கொள்வதற்கான முயற்சிகள் நீள்வதுடன் வியப்பையும் தருகின்றன. இன்னும் தீர்க்கப்படாத பிரச்சினைகளும் கேள்விகளும் ஒவ்வொரு புள்ளியிலும் நிரம்பி வழிகின்றன. ஒவ்வொன்றுக்கும் அர்த்தம் தேடிய ஆர்.கே.யின் பதிவுதான், ஒரு சோற்றுப் பருக்கைக்காக / அலைந்து கொண்டே / கடவுளுக்குச் சவால் விடுகிறேன் என்ற கவிதை வரிகள்.

விலகி இருந்தால் / மறந்து போகிறது / கூடவே இருந்தால் / மரத்துப்போகிறது என்ற 'கல்' கவிதை வரிகள் கடவுளுக்கு மட்டுமில்லாமல், மனிதனின் சகல நெருக்கமான உறவுகளுக்கும் பொருந்துகிறது. கிடைக்க வேண்டுமென்று பல முயற்சிகள் செய்து பெற்ற உறவு, நாளடைவில் தவிர்க்கவியலாமல் சலிப்புக்குள்ளாவது மனிதனுக்குச் சாபமே. கோயில் குருக்களுக்கும் சாமி சிலைக்குமான தொடர்பு வெறும் கல்லாகிப்போகும் கணங்கள், எளிதில்

புறக்கணிக்கக் கூடியன அல்ல. கல்லைக் கழுவிக்கொண்டிருந்த / யந்திரக் கரங்கள் என்ற வரிகள் வாழ்க்கையின் சகல மேன்மைகள் குறித்தும் கேள்விகளை எழுப்புகின்றன.

கவிஞனாக வெளிப்படுவதற்கான ஆகிருதியிருந்தும் ஆர்.கேயின் மீது படிந்துள்ள கருத்தியல் சுமை, படைப்பின் அடிப்படையைச் சிதைத்துள்ளது. அடுத்த கவிதைத் தொகுப்பில் இத்தகைய பலவீனத்தைக் களைவதன்மூலம் சிறந்த கவிஞராக ஆர்.கே வெளிப்படுவதற்கான நம்பிக்கையைத் தொகுப்பிலுள்ள சில கவிதைகள் தருகின்றன.

பொதுவாகச் சுமார் ஐம்பது கவிதைகளை நூறு பக்கங்களுக்குள் தொகுப்பாக வெளியிட்டுத் தன்னைக் கவிஞனாக முன்னிறுத்த முயலும் தமிழ்ச்சூழலில், 208 பக்கங்களில் கவிதைகளைப் புகைப்படங்கள் மற்றும் ஓவியங்களுடன் அழகான அச்சமைப்பில் நேர்த்தியுடன் வெளியிட்டுள்ள ஆர்.கே.யின் முயற்சி குறிப்பிடத்தக்கது. புத்தக வெளியீட்டில் ஆர்.கே.யின் அக்கறையையும் கடும் உழைப்பையும் பாராட்டாமலிருக்க முடியவில்லை.

உயிர்த்திரு. ஆர்.கே.
சேலம்: சௌடாம்பிகை பதிப்பகம், 1996.

இலக்கு மார்கழி, 1991

நரகத்திலிருந்து ஒரு குரல்

இருபதாம் நூற்றாண்டின் இறுதியில் தமிழில் பல்வேறு போக்குகளை முதன்மைப்படுத்தும் இளம் கவிஞர்கள் களத்தில் குதித்திருப்பது நம்பிக்கை தருவதாக உள்ளது. கவிதை என்ற சூட்சம வடிவத்தின் ஏதேனும் ஒரு நுனியைப் பிடித்துக் கொண்டு ஸ்வெட்டர் பின்னும் மாயக்காரிபோல கவிஞர்களின் இயக்கம் அற்புதமாக வெளிப்படுகிறது. பரந்துபட்ட வாழ்க்கையின் அழைப்பு ஒவ்வொரு கணத்திலும் உக்கிரமாக ஒலிக்கையில், மனதின் குரலுக்குச் செவிமடுக்கும் கவிதைகள் பல்கிப் பெருகுகின்றன. குறிப்பாக நடுத்தரவர்க்கத்துக் கனவான்களின் பெருமையும் களிப்பும் கேவலமும் மொண்ணைத்தனமும் கும்மாளமிடும் காலகட்டத்தில் கவிதையுலகில் ‘கல்யாணராமன்’ தோன்றுவதைத் தவிர்க்கவியலாது.

கிராமத்திலிருந்து பொருளியல் தேவை காரணமாக நகரத்திற்குப் புலம் பெயர்வோர் எண்ணிக்கை நாள்தோறும் பெருகுகிறது. புதிய சூழலில் புதிய மண்ணில் வேரூன்ற இயலாமல் தவிக்கும் பிரக்ஞைப்பூர்வமான மனிதர்களின் குரலாகக் கல்யாணராமனின் ‘நரகத்திலிருந்து ஒரு குரல்’ ஒலிக்கிறது. இழந்தது குறித்து ஏக்கமும் இருப்பு குறித்து அவநம்பிக்கையும் இவரது கவிதைகளின் சாரமாக உள்ளன. இருவேறுபட்ட முனைகளில் மாறுபட்ட மதிப்பீடுகளில் சஞ்சரிக்கும் மனித மனம், எதிர்கொள்ளும் அனுபவங்களின் அழுத்தம் கவிஞரின் அகவுலகைச் சிதைக்கிறது. எதைத் தேர்ந்தெடுப்பது என்ற குழப்பம் காரணமாகத் தோன்றும் காட்சிகளின் தொகுப்பு கவித்துவமாக வெளிப்படுகையில் சிறந்த கவிதையை அவதானிக்க முடிகிறது.

தஞ்சை மண்ணில் பிறந்து, பிழைப்பு காரணமாக நகரத்திற்கு வந்து, சூழலில் இறுக்கம் தரும் நெருக்கடியினால் நரகத்தில் வாழ்வதாக எண்ணிக்குமையும் இளைஞனின் மன அவசங்களே கல்யாணராமன் கவிதைகளில் அற்புதமாக வெளிப்பட்டுள்ளன. ஆளுமையற்ற தட்டையான வாழ்க்கை

லபித்திருப்பது கவிஞருக்கு வேதனை தருகிறது. இவரது கவிதைகள் சுயம் சார்ந்து வெளிப்படுவதால் அசலான மதிப்பீடுகளை முதன்மைப்படுத்துகின்றன.

சாதி குறித்த கவிஞரின் ஆவேசமும் கோபமும் வியப்பூட்டுகின்றன. தக்கைபோல சாதியத்தில் உழலும் பல படைப்பாளர்கள், சாதி பற்றிப் பேசுவது இழிவெனக் கருதிப் புறந்தள்ளுகின்றனர். இந்நிலையில் தனது சாதி பற்றிய மனநிலையை வெளிப்படையாக கல்யாணராமன் அறிவிப்புத் தருகிறார். இன்னும் கூர்ந்து நோக்கினால் அவர் தனது சட்டையைக் கழற்றி விட்டு வெற்றுடம்பைக் காட்டக்கூடும். சாதிய அடுக்குமூலம் மேலாதிக்கம் பெற்றுச் சமச்சீரினைக் குலைத்த பார்ப்பனியம், இன்று பார்ப்பனிய சாதியில் பிறக்கும் இளைஞர்களுக்குச் சுமையாகிவிட்டது. முதுகு சொறியவும் பதவி உயர்வு பெறவும் பயன்படும் பார்ப்பனிய அடையாளம் எனக் குறுக்கும் கவிஞர், மகுடமேயானாலும், தயவுசெய்து சூட்டிவிடாதே, என் சாதிப்பெயர் சொல்லி என்று வேண்டுகோள் விடுப்பது எளிதில் புறக்கணிக்கக் கூடியதல்ல. பரந்து விரியும் நகரத்தில் அடையாளமற்ற சூழலில் வாழ நேரிடும் கவிஞர் மரபுரீதியான அடையாளம், சகிக்க முடியாததாக மாறுவதை நுட்பமாகக் கவிதையாக்கியுள்ளார்.

தமிழில் நெடுங்கவிதை பெருகி வருகிறது. கவிஞனின் பீச்சியடிக்கும் மனச்சிதறல்களைப் பரந்த கேன்வாசில் பதிவாக்கிட நெடுங்கவிதை அருமையான வடிவமாகும். தொகுப்பிலுள்ள ஐந்தாறு நெடுங்கவிதைகள் வெற்றியடையவில்லை எனினும் அவரது முயற்சி வரவேற்கப்பட வேண்டியதாகும். அப்பாவின் உலகு,'காலடிச் சுவடுகள்' மூலம் விரிவாகச் சொல்லும் கவிதையில் பொதிந்துள்ள கதைசொல்லல் முயற்சி அருமையானது. ஆனால் பலவீனமாக இருப்பதால், கவிதைத் தொனி அழுத்தமான உணர்வை வாசிப்பில் தரவில்லை.

கல்யாணராமனின் பல கவிதைகளுக்குத் தலைப்புகள் அனாவசியமெனத் தோன்றுகின்றன. சில தலைப்புகள் கவிதையைவிட்டு விலகித் துருத்திக்கொண்டுள்ளன. தலைப்பை வாசிக்காமலே கவிதையுலகில் நுழைந்துவிடலாம்.

மனிதனின் இருப்பும் இயங்குதலும் குறித்த ஆழ்ந்த தேடுதல் முக்கியமானது. காலத்தின் வரம்பற்ற பெருவெளியில் எல்லாம் கைக்கெட்டும் தூரத்திலிருப்பினும் நீளும் கரத்தினுக்கும், இலக்கினுக்குமான இடைவெளியில் நிகழும் நிகழ்வுகளைக் கல்யாணராமன் அற்புதமாகக் கவிதையாக்கியுள்ளார்.

ஆளற்ற சூழல்
வெட்கம் விட்டுப் படுத்துப்புரள
ஏதுவாய் அழகான புல்வெளி
படுத்துக் கொண்டாலோ
விழிகளுக்கு நேராய்த் தகிக்கிற சூரியன்.

எளிமையான காட்சிச் சித்தரிப்புமூலம் தினமும் எதிர்கொள்ளும் திக்குகளைக் குறித்துச் சிந்திக்க வைக்கும் கவிஞர். கவிதையைப் பல்வேறு தளங்களுக்கு நகர்த்தியுள்ளார்.

எளிமை கல்யாணராமனின் பலம். அதுவே ஒரு நிலையில் பலவீனமானாலும் கவிஞரின் கச்சாவான கவிதையாக்கம், படைப்பைப் புதிய தளத்திற்கு இட்டுச் செல்கிறது. ஜன்னல்களைத் திறவாது / நட்சத்திரங்களை நழுவ விடும் / பேதையாய் நான் என எளிய குரலில் விடுதலை குறித்து நுணுக்கமாகக் கேள்விகளை வாசகரிடம் தோற்றுவிப்பதில் கவிதை வெற்றியடைந்துள்ளது. இத்தகைய வரிகளை முழுக்கவிதையிலிருந்து உருவினாலும் தனித்துவம் மிக்கனவாக உள்ளன.

மின்னல் கீற்றெனப் பளிச்சிடும் காட்சியில் குட்டிக் கவிதைகள் ஒளிர்கின்றன. அவை வடிவாக்கத்தில் செய்நேர்த்தியுடன் கவிதைக்கான பயணத்தை மேற்கொண்டுள்ளன.

“அறைந்து சாத்தப்படுகிற கதவுகளுக்கென்ன தெரியும்
வெளியே நிற்பவர் துயரம் பற்றி”
“எத்தனை ரோமங்கள் உதிர்ந்தாலும்
காற்றோடு போட்டி நிறுத்தாது
சிறகுகள் முளைத்த பறவை.”

இவை போன்ற கவித்துவச் செறிவான குட்டிக்கவிதைகள், கல்யாணராமனைக் கவிஞரென அடையாளப்படுத்துகின்றன.

தத்துவம், அரசியல் சிக்கல்களுக்குள் மூழ்கி மூச்சுத்திணறாமல் கோட்டோவியம்போல மின்னும் கவிதை ஆக்கத்தில் புதுமை இல்லையெனினும் கவித்துவம் தோய்ந்துள்ளது. கவிதை பற்றிய ஆழமான பயிற்சியும் வலுவான பிரக்ஞையும் மிகுந்திட கல்யாணராமன் அடுத்த தளத்தில் இயங்க வேண்டும். அப்பொழுது நீர்த்துப்போய் மெலிந்துள்ள வரிகள் காணாமல்போய் வீர்யமாகப் புதிய தடத்தில் புதிய பாணியில் இவரால் செயற்படமுடியும் என்ற நம்பிக்கையைத் தருவதாகத் தொகுப்பு உள்ளது. இது ஆரோக்கியமான விஷயம் அல்லவா?

நரகத்திலிருந்து ஒரு குரல், கல்யாணராமன்
சென்னை: தாமரைச்செல்வி பதிப்பகம், 1998.

சதங்கை, மார்ச், 1999

அத்துவான வேளை

தமிழில் பேச்சு மொழி, வழக்கில் நைந்துபோய் அர்த்தமிழந்து வருகிறது. மொழியைப் புதுப்பித்துப் புதிய தளத்தில் வாசக அனுபவத்தைத் தருவதில் கவிதை முக்கியப் பங்காற்றுகிறது. அகத்தினுள் உறைந்துகிடக்கும் சொற்களின் பீறிட்டெழும் பாய்ச்சலில் கவிதை மொழியானது சிறகடிக்கிறது. இலக்கிய வகைகளில் நவீன கவிதையினை விமர்சிக்கையில் நடைமுறையிலுள்ள அளவுகோல்கள் போதுமானதாக இல்லை. கவிஞன் வெளியீட்டு நிலையில், தனக்குள் பொதிந்து கிடக்கும் சொற்களின் மூலம் சித்திரிக்கும் உலகம் ஒவ்வொரு புள்ளியிலும் இலக்கணத்தை மறுக்கிறது. ஒருநிலையில் தன்னுணர்வற்ற கவிஞரின் அனுபூதியாகப் படைக்கும் கவிதைகள், வாசகரின் ஆழ்ந்த வாசிப்பைக் கோருகின்றன. வாசகன் கவிதைமூலம் குறுக்கிலும் நெடுக்கிலும் செல்லும் பயணம், சாரத்தை நோக்கி இழுத்துச் செல்கிறது. எனினும் கவிஞன் — கவிதை — வாசகன் என்ற முப்பரிமாணத்தில் பரிமாற்றம் முழுமையாக நடைபெறாத நிலையே உள்ளது. அதிலும் தேவதச்சன் போன்ற கவிஞர்களின் கவிதை உலகை அணுகுவதில் பல்வேறு தடைகள் தோன்றுகின்றன. மேலோட்டமான வாசிப்பில் எளிமையாகப் புரிவதுபோலக் காட்சியளிக்கும் கவிதைகள், அடுத்தடுத்த வாசிப்புகளில் குழப்பத்தில் ஆழ்த்துகின்றன. 'உங்கள் கையைக் கொடுங்கள் குலுக்க விரும்புகிறேன்' என்று கண் சிமிட்டும் கவிஞரின் கண்ணுக்குக் கீழ் அழுத்தமாகப் புதைந்து கிடக்கும் உலகு வித்தியாசமானது. வலது கைச் சுட்டுவிரலை உரிமையுடன் பிடித்து கவிதைக்குள் அழைத்துச் செல்லும் கவிஞர் திடீரெனக் காணாமல் போகிறார். எளிமையும் சிக்கலும் சிடுக்கலுமாகக் காட்சியளிக்கும் தேவதச்சனின் கவிதைகள், வாசகரின் சமநிலையைச் சிதைத்துப் புதிய அனுபவங்களைத் தருகின்றன.

'உலகிலேயே குட்டி அணில் — எதிராளி — பாராமுகம் — கீழே விழும் அணில் பூமியைத் துளைத்து மறுபக்கம் சென்றுவிட்டது'

அவர் என்றுமே செல்லமுடியாத பக்கம் என்று அர்த்தமாகும். கவிதையை மேலோட்டமான தளத்தில் ஒற்றை அர்த்தத்தில் உள்வாங்கிக் கொள்ளலாம். இதே கவிதையைச் சொற்களுக்கப்பால் வேறு தளத்திலும் வாசிக்கலாம். வாசிப்பில் சாத்தியங்களைத் தோற்றுவித்துக் கவிதையாக்கத்தில் — நகாசு வேலைகள் மூலம் — வாசகரைக் கிட்ட இழுப்பது தேவதச்சனின் தந்திரமாகும். கவிதையின் செறிந்த பொருள் விளங்கிய பிறகும் வரிகளினூடே கவிதையை மீண்டும் வடிவமைப்பது தேவதச்சன் கவிதைகளின் தனித்தன்மையாகும்.

ஓர் எளிய கவிதையைப் பின்வரும் மூன்று அலகுகளாகப் பகுக்கலாம்.

1. எனக்கு வயது இருபது

2. இதுவரை
நான்
தாஜ்மஹாலைப் பார்த்ததில்லை

3. எனினும் கட்டும் முன் சென்று வந்துள்ளேன்.

இங்கு விவரிப்பில் — தொடர்களின் இணைப்பில் — கவிதை சாதாரணமாக விரிகிறது. எனினும் 'கட்டும் முன்' என்ற சொல் கவிதையை இருண்மைக்குள் இழுக்கிறது. ஒற்றைச் சொல் மூலம் கவிதையின் சீரான போக்கினைச் சிதைத்து வேறுதளத்திற்கு இழுத்துச் செல்வது தேவதச்சனின் மொழி ஆளுமையின் உச்சமாகும்,

காலம் பற்றிய பிரக்ஞை, உணர்வில் பதிக்கும் தடம், அடுத்த நொடியில் அழிந்துவிடும் அதிசயம் நிகழ்ந்து கொண்டேயிருக்கிறது. 'அண்ட சராசரம்' நிமிடத்திற்குள் உருவாகிப் பிரமாண்டமாவது வாழ்வின் விசித்திரமாகும்.

"உயிர் பிரிவதற்கு
எப்போதும் ஒரு நிமிஷம்தான்
இருக்கிறது."

கால நீட்சியில் மனித வாழ்க்கைக் காலூன்றும் புள்ளி இறுகிப்போய் பிசிறுவதைத் தேவதச்சன் அற்புதமான கவிதை வரிகளாக்கியுள்ளார்.

மனித மனம் உருவாக்கும் கணங்கள் ஒவ்வொரு விநாடியும் மறைகின்றன. இருத்தலுக்கும் இறப்பிற்குமான மையம் மிகவும் கலவையானது. மனம் விரும்பியும் விரும்பாமலும் சலித்தெடுக்கும் காட்சிகள், பல்வேறு பரிமாணங்களாகப் புலன் வழியே பதிவாகின்றன. புலனுக்கப்பால் இயங்கும் பிரமாண்டமான வெளியில் கவிதையின் இடம் குட்டியூண்டு நிலாவாகக் காட்சியளிக்கிறது.

"...
கண்ணாடியை நான்
பார்த்ததில்லை
...
கண்ணாடியைக் காணோம்
....
பார்க்கமுடியாத
கண்ணாடியைத் தான்
பார்க்க முடிகிறது."

கண்ணாடி என்பதே மாயப் பிம்பம் காட்டும் மாந்திரிகப் பொருள். கவிஞரின் முகரக்கட்டையைப் பிரதிபலிப்பது தானா கண்ணாடியின் வேலை? கண்ணாடிக்கு முன் நின்று உற்றுப் பார்க்கும் கவிஞருக்கு நிஜமும் பொய்யும் கலந்த உணர்வு தோன்றுகின்றது. அன்றாட வாழ்வில் நிகழும் சாதாரணமான காட்சியைப் படிமத்திற்குள் திணித்துக் கவித்துவமாகப் படைப்பது தேவதச்சனின் சிறப்பம்சமாகும். பனிக்கட்டியை உடைத்து மீன் பிடிக்கும் கரடி போல் சொற்களை உடைத்து உள்ளே பயணம் செய்வதன் மூலமாகவே தேவதச்சனின் கவிதைகளை அனுபவிக்க இயலும்.

அவரவர் தேடல் / முயற்சியில் வசப்பட்டதென நினைக்கும் உலகம், கைமணல் அளவிலே துளாவிக் கொண்டிருப்பதெனக் கவிஞர் முன்னிறுத்தும் கவிதை மரபு வழிப்பட்டதெனினும் நுட்பமானது. எங்கும் வியாபித்திருக்கும் புறவுலகின் நுணுக்கமான அம்சங்கள் காலப்போக்கில் அந்நியமாகி, எல்லாவற்றையும் மறுதலித்து எங்கோ செல்வது வாழ்க்கை பற்றிய கவிஞரின் பார்வையாகும்.

தொகுப்பிலுள்ள கவிதைகளுக்குத் தலைப்பு இல்லாமையினால், பல்வேறு காட்சிகளின் தொகுப்பாக விரியும் ஒற்றைக் கவிதையாக அவதானிக்கத் தோன்றுகிறது. காட்சியை அடிப்படையாகக்கொண்ட கவிதைகள் மூலம் தேவதச்சன் சித்திரிக்கும் உலகம், சராசரி வாசகனுக்கு அந்நியமானது. மறுவாசிப்புக்களைக் கோரும் இறுக்கமான சொற்களின் பிணைப்பிலான கவிதையிலிருந்து பீறிடும் அனுபவம் அற்புதமானது. அது கவித்துவ வெளிப்பாட்டின் உச்சம்.

அத்துவான வேளை, தேவதச்சன்,
சென்னை: முகவரி வெளியீடு, 2000.

ஆரண்யம், புரட்டாசி, 2000

ஒடக்கு

'கவிதை புனிதமானது; கவிஞன் வாக்குக் கற்ற மகான்' என்ற மரபு வழிப்பட்ட சொல்லாடல்கள் காலாவதியாகிவிட்டன. சூர்யனுக்குக்கீழ் சகலமும் பண்டமாகிப்போன சூழலில், கவிதை தனது அலங்காரங்களையும் ஜோடனைகளையும் சுழற்றியெறிந்து கொண்டிருக்கிறது. குறிப்பாக நசுக்கப்பட்ட குரல் கவிதையாக வடிவெடுக்கையில், தயவு தாட்சண்யமற்ற மூர்க்கம் வெளிப்படுகிறது. 'பறச்சி போகம் வேறோ, பணத்தி போகம் வேறோ' என்ற சித்தரின் வரிகள், நவீன கவிதையில் இன்னும் அழுத்தமாகப் பதிவாகியுள்ளன. இத்தகைய போக்கின் பிரதிநதியான என். டி.ராஜ்குமார் 'ஒடக்கு' தொகுப்புமூலம் முன்வைக்கும் கருத்தியல், மரபுவாதிகளுக்கு அதிர்ச்சியூட்டுகிறது. இதுவரை கட்டியமைக்கப்பட்ட புனிதங்களின்மீது குசுவிட்டுக்கொண்டு ராஜ்குமாரின் கவிதைகள் தனித்து நிற்கின்றன (!) அதேநேரத்தில் மேற்கத்திய இசங்களுக்குப் பாவாடை விரித்து, சிந்து பாடாமலும், மண்ணின் குரல் எனக் கசடுகளை அள்ளி விழுங்காமலும் சுயமாக இருப்பது இவரது கவிதைகளின் பலம்.

பேச்சு மொழயில் கவிதை எழுதுவது ஏற்கனவே தமிழில் வழக்கிலிருப்பினும்; ராஜ்குமார், அந்தத் தடத்தைவிட்டு விலகி உக்கிரத்துடன் புதியதாக மொழிகிறார். குமரி மாவட்டத் தமிழில் சொல்லப்பட்டுள்ள கவிதைகள், எளிமையானவையெனினும் வட்டார வழக்குக் காரணமாக வாசிப்பில் நெருடலைத் தருகின்றன. கவிதை எழுதப்பட்டுள்ள முறையினால் மிகச்சாதாரண விஷயம்கூட முக்கியமானதாகத் தோன்றுகிறது. இது மொழி ஆளுகையில் ராஜ்குமாருக்குக் கிடைத்த வெற்றி. கவிதையில் சொல்ல வரும் விஷயம் குறித்துக் கவிஞருக்குத் தயக்கமெதுவுமில்லை. எது குறித்தும் முகத்திலறைந்தாற்போல பட்டெனக் கவிதைகள் எழுதியுள்ளது இவரது சிறப்பாகும்.

சாதி, பொருளியல் நிலையில் பன்னெடுங்காலம் அடக்கியொடுக்கப்பட்ட நிலையை மறுத்துக் கச்சாவாக

வார்த்தைகளைக் கவிஞர் கவிதையில் பயன்படுத்துவது வாசிப்பில் திகைப்பூட்டுகின்றது. தலித் வாழ்க்கையானது, மனநிலை, அனுபவம் போன்ற கவிதைகளில் வழமையிலிருந்து மாறுபட்ட தொனியில் பதிவாகியுள்ளது. தலித் குறித்து அழுகுரல், சுயஇரக்கம், வெற்று முழக்கமில்லாமல் யதார்த்த அம்சங்களை நேர்மையாகக் கவிதையாக்கியிருப்பது அருமையானதாகும். இன்னொரு நிலையில் இவரது கவிதைகள் தலித் அங்கீகாரத்திற்காக ஏங்குபவையல்ல. நுணுகிப் பார்த்தால் கிராமத்து மண்ணும் மக்களும் சமூக விமர்சனத்துடன் கவிதைகளாகியுள்ளதை அறியமுடிகிறது. பேய், பிசாசு, சுடலைமாடன், காளி, மந்திரம், ஆசான், நாட்டு மருந்து என்று கவிஞர் சித்திரிக்கும் உலகு நம்பிக்கை அடிப்படையிலானது. மிகவும் பயபக்தியுடன் அதியற்புத விஷயங்களைக் கவிதையாக்கியிருப்பினும், அவை சகலத்தையும் மறுத்து வாசிப்பில் புதிய அர்த்தங்களைத் தருகின்றன. அமானுஷ்ய சக்திகள் ஒருநிலையில் நமக்கு மிகவும் வேண்டப்பட்டனவாக மாற்றம் பெறுவது, கவிஞரின் சித்துவேலையாகும். மனித வாழ்க்கையின் பகுதியாகப் பேய், பிசாசு, மந்திரங்களைக் கருதும் கவிஞரின் நோக்கு வாசகருக்கு அற்புதமான அனுபவமாகும்.

“பேயே உன்னையிறுகப் பிடித்தென்
வேப்பமரத்தில் அறைந்தேன் ஆணியால்
பின்னொரு இரவில் ஆழ்ந்து தூங்குகையில்
மரமுடைத்து வெளியே வந்து
மாய மந்திர அட்டகாசம் செய்ய
இன்று அன்பே நீயென்
தேவதை”

பேய் பற்றிய கவிதை, தேவதையாகப் பேய் மாறும் சூட்சுமத்தை விளக்குகிறது. பேய் / தேவதை பற்றிய புனைவுபோல மந்திரமும் புனைவு என்று மெல்லக் கிண்டல் செய்வது கவிஞரின் நோக்கமெனினும் பேயின் பிரமாண்டத் தோற்றம் / கதைகள் தரும் சுவராசியத்தில் மூழ்கி விடுகிறார். இத்தகைய அம்சம் கவிதைக்குப் புதிய தோற்றம் தருகிறது.

எரியும் கொள்ளியிலிருது தெறித்துவிழும் கங்குகளாக ராஜ்குமாரின் கவிதை வரிகள் உள்ளன. அவை வழக்கிலுள்ள சகலமும் குறித்துக் கேள்வியெழுப்புகின்றன. சில வரிகள் உயரிய அங்கதத்துடன் விழுமியங்களைச் சிதைக்கின்றன.

"சூரியன் எப்படி ஒருத்திக்கு
கணவனாக முடியும்
எந்தத் தெம்மாடி ஏமாற்றிச் சொன்றானோ
குந்திதேவியை"

சூர்யனைத் தெம்மாடியுடன் தொடர்புபடுத்துவது, புதிய சொல்லாடலைத் தோற்றுவிக்கிறது. போகிற போக்கில் நக்கல் பண்ணும் கவிஞரின் அங்கதப்பார்வை நுட்பமானது.

'வெளிய வேற போறாரு / தப்புல்ல இருந்தாலும் / அழுவி புழுத்துப் போனதை கொண்டாந்து இங்க / முக்கிப் போராடுவாரோண்ணு ஒருசின்ன பயமும் இருக்கு / மல்லாந்து படுத்துக் கெடக்கச்சில பத்திக்கிட்டு எரியுதென் மார்புத்தீ'

குடும்ப உறவுக்குள் தனிமனித நிலையையும் சக மனிதர்களுடனான தொடர்பினையும் சித்திரிப்பதில் ராஜ்குமாரின் கவிதைகள் இணக்கமான தொனியிலுள்ளன. வாழ்வின் இண்டு இடுக்குகளில் கசியும் ஈரம், கவிதைகளில் தெறித்து விழுந்துள்ளன.

வட்டார மொழி வாசிப்பில் தரும் சங்கடத்தைத் தாண்டி, ராஜ்குமாரின் கவிதைக்குள் நுழையும்போது, அவை நமக்கு 'கொதி' ஏற்படுத்தும். மழைத் தூறலுக்குப் பிந்திய மண்ணின் மணம்போல வாழ்வின் ஆவியடிக்க ராஜ்குமாரின் கவிதைகள் இணக்கமான தொனியிலுள்ளன. அவை என்றும் தமது இடத்தைத் தக்க வைத்துக்கொள்ளும். அவ்வகையில் ராஜ்குமாரின் கவிதைகள் தமிழுக்கு முக்கியமானவை.

ஒடக்கு – என்.டி. ராஜ்குமார்
திருவண்ணாமலை: கலை இலக்கியப் பெருமன்றம், 1999.

தீராநதி.காம், 2000

இரவு என்பது உறங்க அல்ல

மொழியின் அதிகபட்ச வீச்சுக்களும் நுணுக்கங்களும் கவிதை வடிவிலே சாத்தியப்படுகின்றன. பரந்துபட்ட தளத்தில் நிகழும் அனுபவங்கள், ஒரு நிலையில் கவிஞனின் மனதில் வேதியியல் மாற்றத்திற்குள்ளாகி படைப்பாவது கவிதையின் தனித்துவமாகும். கவிதையின் அடையாளமென்பது 'நைலான் சாக்ஸ்' போல நீள்தன்மையுடையதெனினும் சூட்சுமநிலையில் தொடரும் வாசிப்புக்களின் மூலமாகவே இனங்காண முடிகிறது. நவீன மனிதன் எதிர்கொள்ளும் சாவல்களும் சிடுக்குகளும் நிரம்பிய இருப்பைச் சிதைத்து புனைவுமீது கவனம் செலுத்துகையில் கவிஞனின் நிலை விசித்திரமாகிறது. இதனால்தான் நவீனச் சூழலுக்குப் பொருத்தமான கவிஞன் பிறிதொரு நிலையில் வேற்றுக் கிரகவாசி போல அந்நியமாகிறான்.

'இரவு என்பது உறங்க அல்ல' என்ற கவிதைத் தொகுப்பு மூலம் காலடியெடுத்து வைத்துள்ள யவனிகா ஸ்ரீராமின் உலகு, பாசாங்கற்று காலத்தின் இருப்பாக வெளிப்பட்டுள்ளது. நவீன இளைஞன் புத்திரீதியில் எதிர்கொள்ளும் தனிப்பட்ட காட்சிகளின் தொகுப்பாகக் கவிதைகள் பதிவாகியுள்ளன. நசியும் சூழலில் தன்னை அடையாளங்காணும் மனதின் சுய இரக்கமும் அலுப்பும் கசப்பும் கவிதைத்தளமாக விரிந்துள்ளன. அடுக்கப்பட்ட சொற்களின் இடைவெளியில் மௌனங்களையும், சூறாவளியையும் ஒளித்துவைப்பதன் மூலம் கவிதையின் பயணமானது புனைவுத்தளத்தில் சிறகடிக்கிறது என்ற குரலை லாவகமாக யவனிகாவின் கவிதைகள் மறுதலிக்கின்றன. இன்னும் கதைப்பதற்குப் பூமியில் கனமான விஷயங்களும் காண்பதற்குச் சகலமும் குவிந்து கிடக்கின்றன எனக் 'கூட்டுச் சிறப்பக் காட்சி' போல கவிதை காட்சியகப்படுத்தப்பட்டிருக்கிறது.

யவனிகாவின் கவிதையுலகம் பெண்கள், தலித்துகள், தொழிலாளர்கள், நண்பர்கள் என விரியும் வேளையில் கலையின் கூடுதல் சாத்தியங்களைப் பதிவாக்கியுள்ளது. பெண்ணைக் காதலி, மனைவி, திருமணத்திற்குப்பின் பெண் என வழமையான மூன்று நிலைகளில் சித்திரித்தாலும் பெண் பற்றிய புதிய காட்சிகள்

நுணுக்கமாகக் கவிதையாகியுள்ளன. ‘கசிந்து வழியும் இந்த வியர்வைக்கிடையே / வாகனங்களைத் துரத்தி / உன்னைக் காதலிக்க முடியவில்லை’ என்ற குரலில் காதல் பற்றிய பிம்பம் சிதைந்து புதிய புனைவு உருவாகிறது.

கெட்டி தட்டிப்போன தமிழ் மனோபாவத்தைச் சிதைக்கும் யவனிகாவின் குரல், அசலாகவும், அழுத்தமாகவும் உள்ளது. இதே அலைவரிசையில்தான், ‘வேறென்ன நல்லதொரு திருமண நாளில் / நீ எனக்கொரு பரிசு கொணர்வாய் / அல்லது நானாக இருக்கக்கூடும்’ என்ற கவிஞரின் வரிகளைப் புரிந்து கொள்ளவியலும். யவனிகா முன்னிறுத்தும் சிதைவு, மரபு வழிப்பட்ட மனதைத் திடுக்கிடச் செய்யும். சமூக ஒழுங்கு, ஒழுக்கம் என கட்டியமைக்கப்பட்ட கருத்தியலுக்கெதிராகக் கலகம் பண்ணுவதோ புதிய மோஸ்தராகக் காட்சியைச் சித்திரிப்பதோ யவனிகாவின் நோக்கமில்லை. இப்படியாக உருமாறும் தமிழர் வாழ்க்கை ஒருநிலையில் கவிஞருக்கே அதிர்ச்சி தந்திருக்கலாம். எனினும் ‘ஓய்வு நேரங்களில் மீண்டும் வா’ என்ற அழைப்பில் உரிமையா ? வேண்டுதலா ? வற்புறுத்தலா ? எதுவும் புரியவில்லை. உண்மையின் வெளிப்பாட்டை நுணுக்கமாக யவனிகாவின் கவிதை சித்திரிக்கிறது. மனைவியுடனான உறவுகூட கவிஞருக்குத் தொல்லை தருகிறது. ஆணுக்கும் பெண்ணுக்குமான உறவு ஏதோ ஒருபுள்ளியில் குழம்பி சிடுக்குகளாவது வாழ்வின் விசித்திரமாகும். பெண் சூட்சும நிலையில் ஆணுக்குள் தோற்றுவிக்கும் பயங்கள் ஆதிமனதின் எச்சமாக உள்ளன. ‘ஒரு பெண்ணைச் சேர்த்துக்கொண்டு / திரிகிற துக்கம் தாளவில்லை எனக்கு’ என வாக்குமூலம் தரும் யவனிகா, இறுதியில் என் ‘விதைப்பையைச் சிதைப்பதற்கு / அல்லது உறங்கும்போது தலையில் / கல்லை வீசிவிட்டுப் போக / அவளக்கு முகாந்திரங்களுண்டு’ எனக் குறிப்பிடுவது வெறுமனே அலட்சியப்படுத்தக் கூடியதல்ல.

நாகரிகமான சூழலில் திருமணம் என்ற கட்டிற்குள் வாழப் பழகினாலும் ஆணுக்குள்ளும் பெண்ணுக்குள்ளும் உறைந்து கிடக்கும் ‘பயம்’ அருமையான கவிதையாகியுள்ளது. ஆண் — பெண் உறவு வளர்ச்சிநிலையில் யவனிகா வடிவமைக்கும் ‘இருப்பு’ அபத்தமெனினும் பாசாங்குகளைச் சுலபமாக ஏற்கத் தூண்டுவது யோசிக்கத்தக்கது.

தலித் என்ற அடையாளத்தின் கீழ் சமூகம் எதிர்கொள்ளும் துக்கம், பிறவிகள்தோறும் தொடர்கையில், யவனிகாவின் கருணையில் ஏதோ உறுத்துகிறது. இதை எப்படிப் புரிந்து கொள்வது? எங்கு முடிச்சை அவிழ்ப்பது எனத் திகைக்கையில், தலித் விஷயம் கவிதையாவதும் காலத்தின் தேவையாகும். முகமறியா மனிதர்களின் நசுக்கப்பட்ட குரலை ஒற்றைப் பரிமாணத்தில் பதிவாக்குவது மட்டுமல்ல கவிஞனின் வேலை; நிகழும் சம்பவங்களுக்கு ஒருவகையில் தனக்கும் பங்கு உண்டு என்ற உயரிய மனநிலையே சமூகக் கேவலத்தை வெளிப்படுத்துவதில் முக்கியப் பங்காற்றுகிறது. ஒன்றின் நுணுக்கத்தை அறிய அதுவாகவே மாற்றமடைந்து காணும் பார்வையில் அமுக்கப்பட்ட உணர்வுகளின் வீச்சினை வெளிக்கொணர முடியும். யவனிகா, தலித் குறித்த சவடால்கள், புலம்பல்கள் இல்லாமல் சரியான திசை வழியில் கவிதையை நகர்த்தியுள்ளார். 'உங்கள் உடம்பில் இருக்கும் / பிணத்தின் வாசனையை நான் / உடலெங்கும் பூசிக் கொண்டிருக்கிறேன்.' எனத் தன்னை அடையாளங்காணும் கவிஞர். 'கிழவன் சொன்ன கடவுள் / ஒரு வேசி மகன்' என்று இன்னொரு கவிதையில் ஆத்திரங்கொள்கிறார். தலித் குறித்த அழுத்தமான காட்சியை வெறுப்புத் தொனியில் கவிதையாக்கியிருப்பது அருமையானதாக உள்ளது. 'புன்னகை' கவிதை கட்டிட வேலைக்குச் செல்லும் சித்தாள் பெண்ணின் அவலத்தை விவரிக்கிறது. 'முகப்பூச்சுடன் நகரச்சந்தில் / மேஸ்திரியைக் கண்டு புன்னகைப்பாள்' என்ற வரிகள் வாழ்வின் போலித்தனத்திற்குள் பயணம் செய்கின்றன. இங்குச் சகலரும் எதிர்கொள்ளும் கொடூர அனுபவங்கள் குறித்து யோசிப்பதற்குக்கூட அவகாசமில்லை. அவலத்தை வாழ்க்கையின் பகுதியாக ஏற்று வாழ்வது மிக மோசமானதாகும். நிஜத்தின் வலி பிரக்ஞையில் உறைப்பதுகூட இல்லை. காலத்தின் இயக்கத்தில் வெளியில் உறைந்துள்ள மனிதன் தன்னை அறிதலும் மறுதலிப்பதும் இயலாதநிலையில் இங்கு முயற்சிகள் எதற்காக என்று கேட்கத் தோன்றுகிறது. யவனிகா தனது கவிதைகளில் கையாளும் பிரச்சினைகள் வெவ்வேறு தளங்களுக்கு இட்டுச் செல்வதுதான் கவிதையின் வெற்றியாகும். கவிதை, மொழியின் இயல்பை மீறி அது சுட்டும் உலகினை வாசகன் அடையாளங்கான உதவுவது மேலான விஷயமல்லவா?

மனிதன் தனது இருத்தல் குறித்துத் தொடர்ந்து கேள்விகளை எழுப்புகிறான். புத்திசாலித்தனத்தினால் தொலைத்துவிட்ட கடவுளின் இழப்பு உறுத்துகிறது. இருக்க வேண்டிய பொருளை இழந்தாலும் இழப்பின் வெக்கை உள்ளுக்குள் கங்காகக் கனல்கிறது. இதனால்தான் யவனிகாவில் மனவுலகம் வியாபிக்கும் சகல அம்சங்களும் எதிர்மறையானாலும் 'லட்சியம்' ஆறுதலாக இருக்கிறது. 'கடவுளுக்காகக் காத்திருத்தல் அபத்தமென அறிந்திருப்பினும் ஒரு குழந்தையின் சிறுநீர்ச் சூடுபோல / என்னுள் மெல்லப் பரவிய / கடவுளின் கதகதப்பை / எங்ஙனம் நான் இழந்திருக்கக் கூடும்' என்ற யவனிகாவின் ஆதங்கத்தில் வேதனை தொனிக்கிறது. மனதின் அற்புதமாகவும் விசித்திரமாகவும் விரியும் கவிதைத்தளம் கடவுளுக்காகத் தேடியலைவது புனைவின் உச்சமாகும்.

'விலைச்சீட்டு', 'இராவண யுகத்து ரப்பர்க் காண்டங்கள்' ஆகிய கவிதைகளின் மொழியின் ஆளுமை அழுத்தமாக வெளிப்பட்டுள்ளது. மொழியின் வழியே இயங்கும் காலமும் வெளியும் க்ஷணத்தில் பதிவு செய்யும் வாழ்வின் பேரோசைகள் முக்கியமானவை. 'பேய்ச்சிரிப்பு', 'கல்உப்பு', 'பித்தப்பை' 'ஆட்டிறைச்சி', 'குளிர்காலச் சிறுநீர்' என்ற சொற்களின் அடுக்கு மூலம் யவனிகா உணர்த்தும் உலகு தந்திரமானது. சொற்கள் மூலம் ஜாலம் செய்வது கவிஞனின் தனிப்பட்ட உலகு என்று தோன்றுகிறது. 'நிகோடின்', 'புரோட்டான்', 'எலக்ட்ரான்', 'கந்தகம்', 'சிலிக்கான' என விரியும் சொற்கள், மனிதனின் இருப்புக்குச் சம்பந்தமற்று வேடிக்கையானதாக இருப்பினும், புதிய தொனியில் புதிய சொற்களில் அபத்தத்தைக் கவிதையாக்குவதில் உதவியுள்ளன. நம்பிக்கைகளின் சிதைவில், அற்புதம் நிகழாத மௌனமையான சூழலில் எப்படி உற்சாகம் கொள்ளவியலும் என்ற குரல் யவனிகாவின் கவிதைகளில் மையமாக உள்ளது. ஆளுமையான கவிதைகள் மூலம் வாசகரிடம் நெருங்கிச் செல்லும் யவனிகாஸ்ரீராம், எதிர்காலத்தில் இன்னும் வலுவான கவிதைகளை எழுதுவார் என்ற நம்பிக்கையைத் தொகுப்புத் தருகிறது.

இரவு என்பது உறங்க அல்ல . யவனிகா ஸ்ரீராம்,
சின்னாளப்பட்டி: ராகவப் பிரபு வெளியீடு, 1998

யாதுமாகி 5-6, 2000

வேறொரு காலம்

நவீனத் தமிழ்க்கவிதை வாழ்க்கையின் பன்முகத்தன்மைகளை பல்வேறு தளங்களில் புதிய மொழியில் வெளிப்படுத்துகிறது. மனித மனதின் புரியாத புதிர்களும் சிடுக்குகள் நிரம்பிய பிரதேசங்களும் கவிதையாகும்போது, அதியற்புதமும் அபத்தமும் முதன்மையாகின்றன. சூழலின் இறுக்கத்தினால் சிதையும் மனவோட்டத்தின் நுட்பமான கூறுகளைக் கவிதை வரிகளாக மாற்றுவதில் எம்.யுவன் குறிப்பிடத்தக்க கவிஞர் ஆவார். இவரது கவிதைகள் முழுக்கச் சுயம் சார்ந்த தளத்தில் விரிவதுடன் தத்துவ விசாரணையை இழையாகக் கொண்டுள்ளன. கவிஞரின் அலைபாயும் அகமும் கவித்துவ ஆளுமையும் குவியும் புள்ளியில் அழுத்தமான கவிதைகள் வெளிப்பட்டுள்ளன.

நடப்பில் சராசரி வாழ்க்கைக்கு ஈடு கொடுக்கும் சராசரி மனிதராகக் கவிஞர் இயங்கினாலும் கவிதைகள் உணர்த்தும் தொனிப்பொருள் வாசகனை பல்வேறு தளங்களுக்கு இழுத்துச் செல்கின்றன. காலவெளியின் பிரமாண்டத்தில் புள்ளியாகச் சுருங்கும் மனிதனுடைய மாபெரும் நோக்கங்களும் திட்டங்களும் வெற்றியடைய, அவன் எதிர்கொள்ளும் சவால்களைத் தாண்டி வீழ்ச்சி தவிர்க்கவியலாமலிருப்பது படு அபத்தமாக உள்ளது. சிதைக்கப்பட்ட வலைக்குப் பதிலாக மீண்டும் வலை கட்ட முயலும் சிலந்திக்கும் மனிதனுக்கும் வேறுபாடு இல்லாமலிருப்பது வேடிக்கையாக இருப்பினும் அதுதானே நிஜம். இத்தகைய மனநிலை, நகரமயமாகி அடையாளமற்றுப்போன சூழலில் வாழ நேர்ந்திடும் நடுத்தர வர்க்கத்துப் பிரக்ஞைப்பூர்வமான மனிதர்களுக்கு உறுத்துகிறது. இன்னொரு நிலையில் சூழலின் இழுப்பில் முகமற்றுப்போய் எல்லாமே அபத்தமாக மாறியுள்ளது. வாழ்க்கை பற்றிய யுவனின் அபிப்ராயத்தை அழுத்தமாகப் பாதிக்கிறது. யுவனும் நெருக்கடி தாங்காமல் பன்றி, மரவட்டை, கரப்பான், மண்புழு எனத் தன்னை அடையாளங்காண முயலுகிறார். எதையும் அற்ப ஜந்து என ஒதுக்க முடியாத மதிப்பீடு,

மனித இருப்பைக் கேள்விக்குள்ளாக்குவதுடன் நுணுக்கமாகக் கேலி செய்கிறது.

யதார்த்த நிகழ்வாகத் தோன்றினாலும் புதிய அதியற்புதமும் பின்னிப் பிணைந்துள்ள கணத்தைத் தனக்கும் பன்றிக்குமான ஒப்பீடாக யுவன் காணமுயலுவது அற்புதமான கவிதை வரிகளாகப் பதிவாகியுள்ளன.

சக்கரத்தில் அரைபட்ட பன்றி, போஸ்டாபீஸ் நோக்கி விரையும் கவிஞன் என்ற முரணில் வாழ்வின் சாரம் கேள்விக்குள்ளாகியுள்ளது.

கை தட்டும் கடைசிப்
பார்வையாளன் மறைந்ததும்
தொடங்கிவிட்டது
முற்றிலும் புதிய
நாடகம்
உறங்கி விழித்த குழந்தை
கனவில் தொலைத்த
பொம்மைக்காக
அழுகிறது
ஏங்கி

சாதாரண சம்பவ விவரிப்பில்கூட வாழ்வு குறித்த அழுத்தமான பார்வையை நுட்பமாகக் கவிதையாக்கியதில் யுவன் வெற்றியடைந்துள்ளார். புறக்காட்சிகளின் சித்திரிப்பில் எளிமையாக விரியும் கவிதை, சட்டென வேறுதளத்தில் பயணிப்பது புதிய அனுபவத்தைத் தருகிறது. கவிதையின் முத்தாய்ப்பான கடைசி வரிகள் மூலம் கவிதை அனுபவத்தைச் சிதைத்துப் புதிய அர்த்தம் தருவது நுட்பமானதாகும்..

'வழிபாடு', 'டிசம்பர் செவ்வாய்', 'விரைதல்', 'பேட்டி', 'கதை சொல்லி' ஆகியன தொகுப்பிலுள்ள சிறந்த கவிதைகள் ஆகும்.

யுவன் சித்திரிக்கும் கவிதையுலகினை இறுக்கமான மொழி காரணமாகத் தொடரும் வாசிப்புகள் மூலமாகவே அறிய முடியும். ஆனால் அது தரும் கவித்துவ உணர்வு மிகவும் உயரிய தரமுடையது.

வேறொரு காலம், எம்.யுவன்,
சென்னை: மையம் வெளியீடு, 1999

புறநகர் வீடு

கவிதையைத் தமிழில் விதம்விதமாக எழுதிப் பார்க்கையில், அது செத்து விட்டதென்ற ஒப்பாரியும் இன்னொருபுறம் கேட்கிறது. எனினும் ஜொலிக்கும் வண்ணங்களில் கண்களில் ஒற்றிக்கொள்ளும் அழகிய அச்சமைப்புகளில் நாளும் கவிதைத் தொகுப்புகள் வெளியாகின்றன. கவிதை நூல் வெளியிடுவதெனில், லாபகரமாக செயற்படும் பதிப்பகத்தினர்கூட பேச்சுவார்த்தையை முறித்துக் கொள்கின்றனர். என்றாலும் கவிஞர்களின் கைக்காசில் ஆயிரமாயிரம் பூக்களாக மலரும் கவிதைகள் மனதின் குரலை அழுத்தமாகச் சொல்லுகின்றன. நவீன கவிதைப் போக்குகளில் தனது தடத்தைத் தக்க வைத்துக்கொண்டு புதிய முறையில் கவிதை சொல்லல் மூலம் பலருக்கும் வியப்பை ஏற்படுத்தியுள்ள பழமலய், அண்மையில் 'புறநகர் வீடு' மூலம் களத்தில் இறங்கியுள்ளார். நூலின் தலைப்பு வாசகரை வெவ்வேறு தளங்களுக்கு இழுத்துச் செல்லக்கூடியது. வீடு கட்டுவதில் பழமலய் எதிர்கொண்ட அனுபவங்களும், அவரது மன உணர்வுகளும் கவிதை வடிவம் பெற்றுள்ளன.

நகர்ப்புற நடுத்தர வர்க்கத்தில் நீண்டநாள் கனவான வீடு, ஒவ்வொரு புள்ளியிலும் மனிதர்களை அலைக்கழிக்கிறது. சௌகர்யமாகக் குடியிருப்பதற்கான வீடு என்ற எல்லையைத் தாண்டி, பாதுகாப்பானது என்ற உணர்வில் 'வீடு' பற்றிய கருத்தியல் மனிதர்களுக்குள் உறைகிறது. பறவைகளுக்குக் கூடு போல மனிதனுக்கு வீடு. மனித இயக்கமென்பது எல்லா வகையிலும் வீட்டை மையமிட்டுச் சுழல்கின்றது. வீடு என்ற கல்லும் மண்ணும் சிமிண்ட்டும் கலந்து கட்டப்பட்ட ஜடப்பொருள், பழமலய்க்குள் கிளர்ந்தெழச் செய்யும் எண்ணங்கள் அளவிட முடியாதனவாகும். கிராமத்துத் தெருக்கள், வாய்க்கால்கள், மரங்கள் மாறாதவையென்ற பெருமையுடன்தான், 'நாலு தலைமுறை கண்ட வீடு' என்பதைப் புரிந்துகொள்ள முடியும். இயற்கையுடனும் மண்ணுடனும் தன்னை அடையாளங் காணும் பழமலய்யின் இன்னொரு வெளிப்பாடாகத்தான் வீடு உள்ளது.

தொலைக்காட்சிகளில் கொஞ்சும் இளங்குமரிகளின் ஆதிக்கம் வீடுகளுக்குள் நிலவும் வேளையில், பழமலய் வீடு குறித்து ரொம்ப sensitive ஆக இருப்பது வியப்பைத் தருகிறது. பழமலய்யை நியூயார்க் நகருக்குக் குடியேற்றினாலும், அங்கும் வீட்டைச் சுற்றி ஊசியிலை மரங்கள் வளர்த்துப் பெயர் தெரியாத பறவைகளுடன் சிநேகம்கொள்ள முயலுவார். அவ்வகையில் கவிஞரின் பார்வை வரம்பற்று மனிதப் பெருவெளிக்குள் பாய்கிறது. கவிஞருக்கு வீடு முக்கியமல்ல; வீட்டில் வாழும் மனிதர்கள் முக்கியமல்ல; வீட்டிற்குள் சுதந்திரமாக நுழையும் குருவி, சிலந்தி, தேரை, எறும்பு, எலி போன்ற உயிரினங்களும் பொருட்படுத்தப்பட வேண்டியனவாக உள்ளன. தெரு, வீட்டுச்சுவர், வீட்டைச் சுற்றியுள்ள இடம் என வீட்டை அடையாளப்படுத்தும் கவிஞருக்குப் புறநகருக்கு வந்து செல்வது பிரச்சினையாகிறது. புறநகர் வீட்டிற்குச் செல்லும் வழியிலுள்ள சுடுகாடுகூட வீட்டின் அங்கமாகிப் போவது உயரிய அங்கதமாகும்.

'வீடு' என்ற மையத்தில் பழமலய்யின் சிந்தனைகள், எண்ணங்கள் விரிகின்றன. கிராமத்தில் புற்றுக்கருகில் வாழும் பெற்றோரிலிருந்து ஜெயலலிதாவின் வீடு பற்றிய வர்ணனைகள், யாழ்ப்பாணத்தில் போர் காரணமாக வீட்டைத் துறந்த மக்கள்... இப்படி வீடு குறித்த தனது அபிப்ராயங்களைக் கவிதைகள்மூலம் நம்முடன் பழமலய் பகிர்ந்துகொண்டுள்ளார். 'வீடு' பற்றிய சித்திரங்கள் மூலம் வாழ்க்கை குறித்த மதிப்பீடுகள் வெளிப்பட்டுள்ளன. வாசிப்பில் நமக்கும் வீடு குறித்த அபிப்ராயங்கள் நுணுக்கமாக மாறுபடுகின்றன.

பழமலய்க்கு எது குறித்தும் தீர்மானகரமான முடிவு இருக்கிறது. கவிதை வெளிப்பாட்டில் தனக்குத் தோன்றுவதை இயல்பாகச் சொல்ல வேண்டுமென்ற அழுத்தமான எண்ணம் காரணமாகப் பேச்சு வழக்கில் கவிதைகளை எழுதியுள்ளார். கவிதையின் நுட்பங்கள் குறித்துச் சிறிதும் அவருக்கு அக்கறையில்லை. தமிழ்க் கவிதையின் சூட்சுமங்கள் குறித்து மரபுரீதியிலும் நவீன ஆக்கத்திலும் நன்கறிந்துள்ள பழமலய், அவை குறித்து அக்கறையற்றுத் தனக்கான கவிதை மொழியை உருவாக்கியுள்ளார். அது ரசனை வயப்பட்ட வாசகருக்கு உவப்பாகயிராது. உரை வீச்சாகப் படரும் கவிதையில் அழகியல் அம்சங்கள் குறைவாக

உள்ளன. பழமலய்யின் கவிதை மொழியில் கவிதைக்கும் உரைநடைக்குமான இடைவெளி குழம்பிக் கிடக்கிறது. எங்கு கவிதை முடிந்து எங்கு உரைநடை தொடங்குகிறது என்பது நுட்பமாக ஆராயப்பட வேண்டியதாகும் என்றாலும் காட்டுத் தாவரங்களின் ஒட்டுமொத்தப் பச்சையில் வெளிப்படும் இதத்தினைப் பழமலய்யின் கவிதைகள் வாசிப்பில் தருகின்றன.

புறநகர் வீடு, பழமலய்,
விழுப்புரம்: பெருமிதம் வெளியீடு, 2002.

யாதுமாகி, மார்ச், 2001

வயலட் நிற பூமி

தமிழில் கவிதை ரெண்டாயிரமாண்டுப் பாரம்பரிய அழுத்தம் காரணமாகத் திணறிக்கொண்டிருக்கிறது. அதுவே கவிதையின் உச்சம் என்று சிலாகிக்கும் குரல் ஒலிக்கிறது. மரபில் கண்டெடுக்கப்பட்ட முத்தாக மகிழ்ந்து புளகாங்கிதம் அடையும் வஸ்துவாகவும் கவிதை மாறிக்கொண்டிருக்கிறது. இன்னொருபுறம் 'இதுதான்டா கவிதை' என்ற அதிகாரத்தின் மொழியும் கவிதை வெளிப்பாட்டின் ஊடே சதா கேட்டுக் கொண்டேயிருக்கிறது. ஊடகங்கள், பெர்முடாஸ், வைரமுத்து, ஃபேர் அண்ட் லவ்லி, வெல்வெட் ஜாக்கெட், வெப்இதழ்கள், ஏ.ஆர்.ரகுமான், இளஞ்சிவப்பான காண்டம், ஷாப்பிங் காம்ப்ளக்ஸ், பாலகுமாரன், ஒயிட் ரம், குதியுயர்ந்த செருப்பு... இப்படியாக ஒவ்வொரு விநாடியிலும் வடிவமைக்கப்படும் தமிழ்ப் பிம்பத்தின் உச்சம்தான் அய்யன் திருவள்ளுவர். இதில் எப்படி கவிதையை அனுசரிப்பது? பளிங்காக மின்னும் பியர்ஸ் சோப் கட்டி போல வழுவழுத்த கவிதைக்குச் சூர்யசந்திரருக்குக் கீழ் இடமில்லை என்பது பெரும் அராஜகம். ஆரத் தழுவிச்செல்லும் காற்றின் சிநேகம்போல கவிதை வரிகள் வாசகரின் காதுகளுக்குப் பின்னிருந்து முணுமுணுப்பது அருமையான விஷயமல்லவா? கவிதையின் விசாரணை எதன் மீது? சகல ஜீவராசிகளின் மீது விசாரணையைக் கவிதை தொடங்குகிறதா? எல்லாம் தெரிந்த பின்னர் விளக்கினுக்கு ஏது ஜோலி? அப்புறம் சந்தோஷமாக ஒளியை அணைத்துவிடலாம். இந்த இடத்தில்தான் அப்பாஸ் தனது 'வயலட் நிற பூமி' தொகுப்புடன் காற்றில் மிதந்து காட்சி தருகிறார். திசைகளெங்கும் சொற்களின் கும்மாளம். அளவுகோல்களை உடைத்தெறிந்த உற்சாகம். மெஸ்ஸையா (Messiah) போல அருளாசி வழங்குவது முதலாக, எல்லாவற்றையும் பச்சைக் குதிரை தாண்டிச் செல்கின்றன, அப்பாஸின் கவிதைகள். மனதின் விசித்திர அம்சங்கள் திசைகள்தோறும் எதிர்கொள்ளும் நூற்றுக்கணக்கான அனுபவங்கள், ஒருநிலையில் உறைந்து போவது மனித வாழ்வின்

சூட்சுமம். அதை நுட்பமாக தரிசித்த உயிர் பெரிதாக அலட்டிக் கொள்வதில்லை. சவால், பிரமை என எதையும் ஜோடிக்காமல், யதார்த்த வாழ்க்கையைப் போகிறபோக்கில் எதிர்கொள்ளும் அப்பாஸின் கவிதைகள் நுட்பமான மொழி ஆளுகையினால் வாசகனுக்குள் சிருஷ்டிக்கும் மனப்பதிவுகள் முக்கியமானவை. தேனருவியின் நீர் விழுதைப் பிடித்து மேலெறிச் செல்லம் மனவிழைவு போல் கவிதை வரிகள் மூலம் வெளிக்குள் பயணித்துத் தனக்கான இடத்தை நிறுவ முயலுகிறார் அப்பாஸ்.

அப்பாஸ் தனது கவிதை மூலம் சித்திரிக்கும் உலகில் சதா சர்வகாலமும் மனிதர்கள் உரையாடிக் கொண்டிருக்கின்றனர். சக மனிதர்களுடன் இடைவிடாமல் பேசுவதற்கு அப்பாஸிற்கு நிரம்ப விஷயங்கள் உள்ளன. அவர் தனக்குள் படிந்துள்ள வாழ்க்கையின் வண்டலையும் விசாரிப்புகளையும் நுட்பமாகக் கவிதையாக்கியுள்ளார். முடிந்தால் 'கிழத்துறவி' மூன்று அவுன்ஸ் அருந்திவிட்டு அப்பாஸுடன் பேச்சைத் தொடங்கலாம். அருவருப்பாக பொங்கும் பியரின் நுரைக்கப்பால் கண்ணடித்து அழைக்கும் வானவில்லின் ஜாலமாக விரியும் கனவுலகிற்குள் அப்பாஸின் விரலைப் பிடித்துக்கொண்டு நடக்கலாம். விழியில் தொங்கும் சூழல் ஏணியில் ஏறி சுழன்று உள் — வெளி அறியா போதத்திற்குள் மயங்கிச் சுழன்று பார்க்கலாம். அதற்கான எல்லா சாத்தியக்கூறுகளும் அப்பாஸின் கவிதை வரிகளுக்குள் ஒளிந்து கிடக்கின்றன. Gameஐத் தொடங்கியாகிவிட்டது. அப்பாஸ் ரெடி அப்ப நீங்க? என்று வாசகரை நோக்கிக் குரல் பலமாக ஒலிக்கிறது.

விதிகள் யாவருக்கும் பொதுவாக இருப்பதான பாவனையில் உற்சாகமாக விளையாட்டைத் தொடங்கலாம். இறுதியில் விதிகள், விளையாட்டு, கவிதை எதுவும் முக்கியமல்ல. சொல்லாடல்மூலம் தனது நிலையை வெளிப்படுத்த அழைப்பு விடும் கவிதைகள், வாசகருக்குப் பெருவட்டாக எதுவும் சொல்லுவதில்லை. Land Scape ஆக விரியும் இயற்கையின் கனபரிமாணங்கள் போல அப்பாஸ் வடிக்கும் சொற்களின் பிணைப்பு வாசிப்பில் நுட்பமான அனுபவங்களைத் தருகின்றன. அவ்வளவே.

வெளியின் பிரமாண்டத்திற்குள் கால அளவீடுகளின் மூலம் நிலைநிறுத்த முயலும் மனித முயற்சிகள் நுட்பமானவை. காலம்

கயிற்றரவா? மயங்கும் புள்ளியில் அப்பாஸின் கவிதைகள் வெளிப்படுவது சுவாரசியமாக உள்ளது.

நீ உன் வீடு திரும்புதலுக்கும்
நான் நூலகம் திரும்புவதற்கும்
அவளின் அவசரத்திற்கும்
இடையில் அவைகள்
பறந்த வண்ணம் பறந்த வண்ணம்

*

மஞ்சள் வெளியில்
மெல்ல நம் பார்வைகள்
ஊடுருவும் கணங்களுக்கு இடையில்
பறந்து செல்கிறது சிட்டுக்குருவி

*

வரும் காலம் பற்றி சப்தித்து
நகரும் கடிகாரம் பற்றி
அறையில் நானும் மனைவியும்,

*

தொடர்ந்து வரும் தற்செயல்களை
வார்த்தைகளுக்குள் சுருட்டிப் பார்க்கும்
உலகத்தை மீறிய தற்செயல்களில்
நானும் அவளும்

மனிதக் கணக்கீடுகளுக்கப்பால் காலம் குமிழியிட்டு வழிவது அப்பாஸிற்கு ஆழ்நிலையில் உறுத்தலாக இருக்கிறது. அவரது மனம் சலித்தெடுக்கும் சொற்கள் அபத்தமாக இருப்பதறிந்தும் கவிதை வரிகள் மூலம் வாசகருடன் உற்சாகமாகக் கதையாடலைத் தொடங்குவது அப்பாஸின் தனித்துவம்.

வயலட் என்ற சொல் ஒலிப்பில் உணர்த்தும் அர்த்தம் கவிஞருக்குக் கிளர்ச்சி தருகிறது. அது சொல் நிலையிலும் அர்த்த நிலையிலும் வண்ணமாக வெளிப்பட்டுக் கண்ணுக்கும் மனதுக்கும் தரும் அனுபவம் முக்கியமானது. பச்சைநிற பூமி

என்ற மரபு வழிப்பட்ட பிம்பச் சிதைவில், வயலட் நிற பூமி என்ற கனவுகண்டு கவிஞர் சிறகடிக்கிறார். வாசகரும் வயலட், பூமி என்ற சொற்களின் சேர்க்கையில் கிளர்ச்சியடைகின்றனர். வயலட் பூமி என்ற சொல்லுக்கும் வண்ணத்திற்குமான தொடர்பு விளைவிக்கும் / உணர்த்தும் அர்த்தம் காற்றடித்த பலூனாகக் கவிதையைத் தூக்கிச் செல்கிறது. மனித மன உணர்வுகளும் அன்றாட வாழ்க்கையும் வயலட் நிறத்துடன் குழம்பிப் பின்னிக்கிடப்பதை அவதானிக்கும் கவிஞர், இறுதியில் வயலட் நிறத்திற்காக எல்லாவற்றையும் தாங்கிக்கொள்ள முயலுவது வேடிக்கையானதாகத் தோன்றினாலும் அலைபாயும் மன வெளிப்பாட்டினை அறியமுடிகிறது.

அப்பாஸின் கவிதை மொழியானது மேலோட்டமான வாசிப்பில் இளம் வாசகருக்குக் குழப்பத்தைத் தரலாம். கவிதை உணர்த்தும் உலகு வெளிப்படையாக அறிய இயலாதபோது மனதின் சலனங்களைக் காட்சியாக்கியுள்ள கவிஞரின் மனவோட்டத்துடன் வாசகனும் இணைய வேண்டிய தேவை ஏற்பட்டுள்ளது. கவிதை, வரிகளுக்கிடையில் பயணம் செய்வதற்கான தோதுவை வாசகருக்குத் தராதபோதிலும், சுய முயற்சியினால் புதியதான காட்சிகளை வடிவமைத்துக் கொள்ளலாம் என்றாலும் கவிதைகள் முதல் வாசிப்பில் தளதளத்து வாசகனை ஒதுங்கச் செய்கின்றன. இது நவீன கவிதை வாசிப்பில் வெளப்படும் சிக்கல். இந்நிலையில் ஒதுங்கி நின்று வேடிக்கை பார்க்கும் பார்வையாளனாக வாசகன் இருக்கவியலாது. கவிஞன் போல வாசகனும் உஷாராக இருந்து கவிதையின் நுட்பங்களைத் தேட வேண்டிய காலகட்டமிது. அவ்வகையில் அப்பாஸின் கவிதைகள் தனக்கான வாசகரை எதிர்நோக்கிக் காத்துக் கொண்டுள்ளன. அவை பொங்கி வழியும் நதிக்கரையோரம் அழகிய விரிந்த கூந்தலுடன் காத்திருக்கும் இளம் பெண்ணின் பார்வையைப் போல ஆயிரமாயிரம் சேதிகளைச் சொல்லுகின்றன. இதுவே அப்பாஸைக் கவிஞராக்கும் மாயாஜாலம்.

வயலட் நிற பூமி, அப்பாஸ்
கோவில்பட்டி: சமி வெளியீடு, 2001

காலக்குறி, ஜனவரி 2002

புலம்பெயர்ந்தோர் கவிதைகள்

இடம்விட்டு இடம் பெயர்தல் பன்னெடுங்காலமாக இனக்குழு மக்களிடையே வழக்கிலிருக்கிறது. மலைவாழ் மக்கள் தங்கள் வாழ்விடங்களை மாற்றிக்கொண்டே யிருக்கின்றனர். அரசியலதிகாரம், சாதி, சமயம், உணவு காரணமாக ஊர்விட்டு ஊர் பெயர்ந்து வாழ்தல் இயல்பானதாகும். இந்தியா ஆங்கிலேயரின் குடியேற்ற நாடாகியபோது, தமிழர்களில் அடித்தட்டு மக்கள் வாழ வழியற்று உலகமெங்கும் கூலிகளாகப் பயணமாயினர். ஈழத்தில் எண்பதுகளில் தமிழர்கள்மீது சிங்களப் பேரினவாத அரசின் அடக்குமுறை, விடுதலை இயக்கங்களின் அராஜகச் செயற்பாடு, போராளிக் குழுக்களிடையே சகோதர மோதல் காரணமாக நாட்டைவிட்டு வெளியேறிய தமிழர்கள் உலகமெங்கும் பரவியுள்ளனர். புகலிடத்தில் அகதிகளாக வாழ்ந்திடும் தமிழர்களின் படைப்புகள் பல்வேறு இதழ்களில் உலகமெங்கும் வெளிவருகின்றன. இத்தகைய இதழ்கள் முறையாகத் தொகுத்து வைக்கப்படுகின்றனவா என்பது தெரியவில்லை. எதிர்காலத்தில் ஈழத்தமிழரின் புலம்பெயர் வாழ்க்கை குறித்த சமூக ஆவணங்களாக இவ்விதழ்கள் விளங்குகின்றன. பொதுவாகச் 'சமூகப்பதிவு' குறித்து அக்கறையற்ற தமிழரிடையே, ஈழத்தமிழர்கள் எழுதியுள்ள கவிதைகளைத் தொகுத்துப் புத்தகமாக்கியுள்ள ப.திருநாவுக்கரசின் முயற்சி, வரலாற்றில் என்றும் நிலைத்திருக்கும். சங்க இலக்கிய காலத்திலிருந்தே கவிதைகளைத் தொகுத்திடும் தமிழ் மரபில், புலம்பெயர்ந்தோர் கவிதைகள் புத்தகமும் இடம்பெறுகின்றது. அரசியல் நெருக்கடி காரணமாகப் புலம் பெயர்ந்துள்ள தமிழரின் குரல் பன்முகத்தன்மையுடையதாய் தமிழுக்குப் புதியதாக உள்ளது.

தமிழ் மொழி வழியே பண்பாட்டையும் அன்றாட வாழ்க்கையினையும் அடையாளப்படுத்த வேண்டிய நிர்பந்தத்தில் ஈழத்தமிழர் உள்ளனர். ஜெர்மனியில் பிறந்து வளரும் தமிழ்க் குழந்தைகளுக்குத் தமிழ் மொழியைக் கற்பதனால் என்ன பயன்? புதிய தலைமுறையின் வேரானது புகலிடத்தில்தான்

உள்ளது. ஈழத்துத் தட்பவெப்பநிலை, பழக்கவழக்கம், முற்றிலும் அறியாத இளந் தலைமுறையினர் உலகமெங்கும் பிறந்து வாழ்ந்துகொண்டிருக்கும் காலகட்டத்தில், ஈழத்தைவிட்டுப் பிரிந்து வந்தவர்களுக்கு ஆதங்கப்பட விஷயமுண்டு. ஊருக்குப் புறத்திலுள்ள பனைமரம், வயல்வெளி, கடல், இன்னபிற குறித்து ஏக்கமுண்டாகலாம். அந்நிய நாட்டில் முகமிழந்து அடையாளமற்றுப் போகும் சூழலில் மனிதமனம் சலித்தெடுக்கும் உணர்வுகளின் குவிமையமாகப் புலம்பெயர்ந்தோரின் கவிதைகள் உள்ளன.

நிர்பந்தம் காரணமாக வேறு நாட்டிற்குப் புலம்பெயர்ந்திடும் நிலையில், புதிய வாழ்க்கை முறையானது உணர்வில் உறுத்துகின்றது. இருத்தலின் வெக்கையானது முகத்தைச் சிதைக்கிறது. சாதியரீதியில் உயர்வு தாழ்வு கற்பிக்கும் சைவ வேளாளர் மரபில் வந்த ஈழத் தமிழர்கள் புகலிடத்தில் இன வேறுபாடு காரணமாக ஒதுக்கப்படுவது வாழ்வின் விசித்திரமாகும். சிவந்த தோல், வரதட்சணை, அசாதிய உறவு என்று திருமணத்தை அடையாளப்படுத்தும் ஈழத்தமிழரை நோக்கி வெள்ளையரால் வீசப்படும் பார்வை துளைத்தெடுக்கிறது.

எட்டிநில் கறுப்பனே/
வெண்முகங்கள்
விட்டெறியும்
ஏளனப் பார்வையில்
தலைகுனியும் மௌனமாய்

என நிரூபா படும் வேதனையை எப்படி சமாதானப்படுத்தவியலும்.

நவீன அறிவியலின் மூலவர்கள் என்று பிரகடனப்படுத்தும் மேற்கத்திய நாட்டவரின் இனஒதுக்கல் பார்வை, அகதிகள் வாழ்வில் ஏற்படுத்தும் கேவல உணர்வு முக்கியமானது.

முற்றிலும் மாறுபட்ட தட்ப வெப்பநிலை, பெயர் தெரியாத மரங்கள், பறவைகளுடன் வாழ நேர்ந்திடும் அகதியின் அன்றாட வாழ்வில் எதுவும் நிகழக்கூடிய சாத்தியப்பாடுகள் உள்ளன. ஏதாவது ஒருநாட்டில் குடியுரிமை பெற்றிடுவதற்காகச் சட்ட

விரோதமான முறையில் நுழைந்திடும்போது அகதி எதிர்கொள்ளும் மரணம் வாழ்வின் பேரவலம். இடைவழியில் வழிந்திடும் உயிரின் மூச்சு. ஈழத்தில் சிங்கள அரசை எதிர்த்துத் துணிந்து போராடிச் சாவின் விளிம்பிலிருந்து மீண்ட 'அக்கறைப்பற்று வினாயக மூர்த்தி' ஹங்கே நெடுஞ்சாலையில் கண்டெய்னருக்குள் மூச்சு முட்டி மாண்டதும், கிரேக்கக் கடலில் மூழ்கிக் குளிரில் விறைத்த முகிலின் கோரச்சாவும் அகதிகளின் வாழ்வில் சாதாரண சம்பவங்கள். இருத்தலே அர்த்தமற்ற அகதிக்கு எல்லா விநாடிகளிலும் மரணம் துரத்திக்கொண்டேயிருக்கிறது. ஒருபுறம் தாய்நாடு குறித்த ஏக்கமும், புகலிடத்தில் வளமான வாழ்வு குறித்த கற்பனையும் அலைக்கழிக்கும் வேளையில், பல்லாயிரக்கணக்கில் பணத்தைத் தந்துவிட்டுக் கோரமான முறையில் சாவை எதிர்கொள்ளும் அகதி வாழ்க்கையின் அவலத்தை கி.பி.அரவிந்தன் நுணுக்கமாகப் பதிவாக்கியுள்ளார். 'இருத்தலிற்காய்' குரல் கொடுக்கும் சுகனின் வரிகள் மரணத்திற்கும் அகதிக்குமான உறவைப் புலப்படுத்துகின்றன.

பல்வேறு நாடுகளில் அகதிகளாக ஈழத்தமிழர் எதிர்கொண்ட பிரச்சினைகள் நுட்பமான கவிதை வரிகளாக விரிந்துள்ளன. வீரயுக காலத்தை முன்னிறுத்திய சங்ககாலக் கவிதைகளைப் போல புலம்பெயர்ந்த ஈழத்தமிழரின் கவிதைகளும் எளிமையுடன் மனத்தடையற்று வாசகருடன் நெருங்கி உறவாடுகின்றன; தமிழுக்குப் புதிய இலக்கியப் போக்கைத் தந்துள்ளன. புலம்பெயர்ந்தோர் இதழ்களில் வெளியான கவிதைகளைத் தனித்தனியே வாசிக்கும்போது கிடைத்த அனுபவத்திற்கும் ஒட்டுமொத்தமாகத் தொகுப்பில் வாசிக்கும்போது கிடைக்கும் அனுபவத்திற்கும் வேறுபாடுகள் உள்ளன. புலம்பெயரும் அனுபவத்திற்குத் தரப்பட்ட முக்கியத்துவம், பல கவிதைகளில் கவித்துவத்திற்குத் தரப்படவில்லை.

காற்றுக் குதிரைகளில்
குளிர்
சாட்டை சொடுக்கி வரும்

என்ற அழகிய கவிதை வரிகளைத் தந்திட்ட வஐச.ஜெயபாலன்,

பிறருடைய பேச்சுச் சுதந்திரத்தை

என்றெனும்
ரசித்ததுண்டா நீங்கள்

என்று வெறும் வசனத்தில் சிக்கிக்கொள்கிறார். ஏதோ ஒருநாட்டில் கோப்பைகளைக் கழுவியும், குற்றேவல் புரிந்தும் வயிறு வளர்க்கவேண்டிய சூழலில் தள்ளப்பட்ட சராசரி ஈழத்தமிழர் தங்கள் துயர வாழ்க்கையில் கவிதை எழுத நினைப்பதே பெரிய விஷயம். கருத்துரீதியாக மன உணர்வுகளைச் சொல்லும் வடிகாலாகக் கவிதைகள் உள்ளன. எனவேதான் நவீன கவிதை மொழி குறித்த அக்கறை புலம்பெயர்ந்தோருக்கில்லை. எண்பதுகளில் வெளியான ஈழத்துப் போராட்டக் கவிதைகளிலிருந்த உக்கிரம் தொண்ணூறுகளில் வெளியாகியுள்ள புலம்பெயர்ந்தோர் கவிதைகளில் இல்லை.

புலம்பெயர்ந்து வாழும் ஈழத் தமிழரின் பல்வேறு வாழ்வியல் காட்சிகளை முன்னிறுத்தும் கவிதைகள், தமிழில் புதிய போக்கினை முன்வைத்துள்ளன. அவ்வகையில் இத்தொகுப்பு அகதிகளாக வாழ நேர்ந்திட்ட ஈழத்தமிழரின் ஆன்மாவாக விளங்குகின்றது.

புலம் பெயர்ந்தோர் கவிதைகள்,
ப.திருநாவுக்கரசு (தொ. – ஆ.)
சென்னை: தாமரைச்செல்வி பதிப்பகம், 2004.

கவிதாசரண், செப்டம்பர் 2002

நெடுஞ்சாலை மனிதன்

வாழ்வின் நெருக்கடி, சூழலின் இறுக்கம் காரணமாகத் தமிழில் நவீன கவிதை முன்னெப்போதையும்விட சுழலுக்குள் சிக்கிக்கொண்டுள்ளது. பெருங்கதையாடல்கள் விவரிக்கும் பரப்பின்மீது படியும் கசடுகள், மொழியின் இருப்பைக் கேள்விக்குள்ளாக்குகின்றன. சொற்கள் அர்த்தமிழந்து தட்டையாகிக்கொண்டிருக்கும் நிலையில் நவீன கவிதை உற்சாகத்துடன் மொழியைப் புதுப்பித்துக் கொண்டேயிருக்கிறது. மொழி விளையாட்டிற்குள் உழலும் கவிதை, ஒருபுள்ளியில் பிரபஞ்ச விசாரிப்பின்மூலம் கரைந்துபோகிறது. இத்தகைய சூழலில் 'நெடுஞ்சாலை மனிதன்' தொகுப்புமூலம் உமாபதி முன்னிறுத்தும் காட்சிகள் ஆழ்ந்த கவனத்திற்குரியன. கடந்த முப்பதாண்டுகளாக எழுதிக்கொண்டிருக்கும் கவிஞர் உமாபதியின் இரண்டாவது தொகுப்பிலுள்ள கவிதைகள் புதியதான மொழியைப் படைப்பதன்மூலம் வீர்யத்துடன் வெளிப்பட்டுள்ளன.

காலம் — வெளி குறித்துப் பிரக்ஞையில் உறைந்துகிடக்கும் மனம் எழுப்பும் நுட்பமான கேள்விகளைச் செரித்துப் புதியதான கேள்விகளைக் கவிதையாக்கி யிருப்பது தொகுப்பின் சாரமாகும். வெளியும் காலமும் எப்பொழுதும் புத்தியுள்ள மனிதனுக்குச் சவால் விடுகின்றன. சொற்கள் வழியே கசியும் தத்துவ நோக்கில் வெளியின் பேரியக்கமும் சலனமற்ற நிலையும் மனிதனைச் சிற்றெறும்பாகச் சுருக்குகின்றன. கையில் மொழியைத்தவிர வேறு கருவி இல்லாத நிலையில் கவிஞன் சலித்தெடுக்கும் சொற்களின் சேர்க்கை அபூர்வமான அமைதியில் கவித்துவமிக்கதாகிறது. தத்தவத்தைச் சொற்களின் வழியே பாய்ச்சிக் கவிதையாக வடித்தெடுப்பது உமாபதியின் நோக்கமாக இல்லை. அறிவு நிலையில் வெளியை வெறித்திட்ட கவிஞர், "ஒரு சமயம் எல்லாம் கறுப்பாய்த்தான் / இருக்கிறது" என்ற தீர்மானத்துடன் எழுதத் தொடங்கியவர் இறுதியில்,

கறுப்பற்ற விளிம்பற்ற வெளியில்
ஒளி தன் சுருதி மறைத்துக்
காத்துக் கிடக்கும்
ஏதோ ஒரு கிளர்வுக்காக

என்று கவிதை வரிகளை முடிக்கிறார். வெளியின் விளிம்பற்ற பரப்பில், ஒளியின் தோற்றம் பற்றிய கற்பனையானது கவிதையின் தளத்தைப் பூடகமான நிலைக்குள் தள்ளி விடுகிறது. எளிதான தொடர்களின் இணைப்பில் சாதாரணமாக விரியும் கவிதை வரிகள் இருப்பின் மூலத்தை அடைய முயலுகின்றன. வெறுமனே பாவ்லா செய்து பிரமிக்க வைக்கும் சித்து வேலைகள் மிகுந்திட்ட நவீனக் கவிதைப் பரப்பில், உமாபதியின் படைப்பாளுமை போகிறபோக்கில் சமனைச் சீர்குலைத்துப் பிரதியின் ஆளுமையைத் தனித்துவமிக்கதாக்குகிறது.

கவிஞருக்கும் இரு சிறுவர்களுக்குமான இடைவெளியை அனுமானிக்க முயலுகையில், நட்சத்திரம் அவரது தோள் தட்டிச் செல்லும் என்று சொல்லுவது எளிதில் புறக்கணிக்கக்கூடியதல்ல. விரிந்து பரவும் புறக்காட்சியைத் தன்வயப்பட்ட நிலையில் உள்வாங்கும் வேளையில் எதுவும் ஆளுகை செலுத்திட இயலாத நிலையில் 'நட்சத்திரம்' என்ற ஒற்றைச் சொல் எல்லாவற்றையும் மறுதலிக்கிறது.

உமாபதியின் உலகம் முழுக்கக் காலடியில் மிதிபட்டு இறக்கும் காலத்தினை மைய அச்சாகக்கொண்டு சுழல்கிறது. 'சிலந்தி வலையின் கணிதக்கூறு' களைக் கண்டு வியக்கும்வேளையில் 'எங்கிருந்து வந்தேன்' என்பது பிடரியை உலுக்குகிறது. 'முடிவற்ற சாலையில் அலுக்காத பாதங்கள்' என்று பயணமாகும் உமாபதியிடம் கேள்விகளும் அதற்கான விடைகளும் இருப்பது வாழ்வின் பேரதிசயம் என்பதன்றி வேறு என்ன ?

சாலை என்ற படிமம் நெகிழ்ச்சியாகப் பன்முகத்தன்மையுடையதாக உள்ளது. வெளியின் பிரமாண்ட ஒழுங்கைக் கண்டு ஏதாவது உபதேசம் செய்திடவோ அல்லது தீர்மானகரமாக அபிப்ராயம் சொல்லிடவோ உமாபதிக்கு விருப்பமில்லை. கேள்வி தோன்றும்போதே அதற்கான விடையும் தயாராக உள்ளது என்ற தருக்கம் கவிதை வரிகளுக்குள்

சூட்சுமமாகப் பொதிந்துள்ளது. ஒவ்வொரு புனைவிற்குள்ளும் நுழைந்து வெளிப்படும் பார்வை, வாழ்வின் அதியற்புத ஒழுங்கைச் சிதைத்துப் புதிதாக அடுக்கிப் பார்க்க முயலுகிறது.

'விளிம்புநிலை' என்பது இருப்பின் சிக்கலான அம்சம். எல்லோரும் ஏதாவது ஒரு கணத்தில் விளிம்பு நுனியில் சுழன்று வெளியேறிச் சுயமான இடத்தை ஸ்தாபிப்பது தொடர்ந்து நடைபெறுகிறது. யதார்த்தத்தில் விளிம்பானது வாழ்தலின் அவஸ்தையைத் துரிதப்படுத்தும் நிலையில் விளிம்பு என்பது இயக்கமென்ற அனுபவத்தை நேர்மறையாக முன்வைக்கும் கவிஞரின் பார்வை, விசாலமானது.

முன்னொரு காலத்தில் புவியெங்கும் ஊர்ந்து திரியும் ஜீவராசிகளின் ஆதிக்கம் வலுப்பட்டிருந்தபோது மனிதன் என்னவாயிருக்கக்கூடும்?

சர்ப்பங்கள் பூகோளத்தை அதிகாரம் செய்தபோது நாகங்களின் வெப்பமான மூச்சுக்காற்றில் கொட்டும் விஷத்தின் பாய்ச்சலில் 'அவர்கள் உடலை நாகங்கள் பின்னிக் கொண்டிருந்தன' என்று உமாபதி சொல்லுவதில் அர்த்தமுண்டு. ஆளுவோனின் விருப்பத்திற்கேற்ப விரிந்து கொடுக்கும் வரலாற்றில், அதிகாரத்தின் பாய்ச்சல் எல்லாப் புள்ளிகளிலும் பதிந்திடும்போது 'நாகங்களின் உலகம்' என்ற பிம்பம் அற்புதமான கவிதை வரிகளாகியுள்ளது.

நீ தீண்டிய கணத்தில்
என் வெளி எனக்குத்
தெரிந்து போனது

இங்கு மரபுவழிப்பட்ட 'நாகம்' என்ற பிம்பம் சிதைந்து புதியதான படிமமாக வடிவெடுக்கிறது. வாசிப்பில் முழுமையான கட்டற்ற நிலையைப் பிரதிநிதித்துவப்படுத்துவதன் மூலம் கவிதை வரிகள் காற்றில் மிதக்கின்றன. சர்ப்பம் தீண்டிய காற்றுப்போல, வரிகள் புஸ்ஸென்ற சீறலுக்கப்பால் மனித இருப்பின் அவலத்தைப் பதிவு செய்துள்ளன. இதனால்தான் 'நான்' என்ற கவிதையில்,

எனது பாம்புக்கான நாள்
இங்கு எங்கேயோதான்
அலைந்து கொண்டிருக்கிறது

என்று உறுதியாகச் சொல்ல முடிகிறது. உமாபதியின் வரிகளுக்கிடையில் கொடூரமான நஞ்சைக் கக்கும் பளபளத்த நாகங்கள் பதுங்கியிருப்பது அச்சம் தோய்ந்ததெனினும், வாழ்தலின் சாரத்தைப் புரட்டுதல் அடிப்படையானது அல்லவா?

காலவெளி தவிர்த்து எளிமையாக விரியும் கவிதைகள், வாசகனுடன் நெருக்கமாக உறவாடக்கூடியன. 'இறக்கை' கவிதை கருத்து நிலையிலும் வெளிப்பாட்டு நிலையிலும் கவித்துவம் கூடிவந்துள்ள அபூர்வமான கவிதை.

யானை ஒன்று பறந்து கொண்டிருந்தது
இறக்கைகளை வீசி வீசி
....
மெல்ல இறக்கைகளை அசைத்த வண்ணம்
பறக்கலானேன்

தொன்மையான நாட்டுப்புறக் கதைபோல விரியும் காட்சிச் சித்திரிப்பானது, குழந்தைக்கவிதை போல மிகவும் எளிமையானது. இக்கவிதை யானை பற்றியதாகத் தோற்றமளித்தாலும், உற்றுநோக்கின் இது யானையைப் பற்றியது அல்ல என்பது புலப்படும். மனித இருப்பில் எதையும் முடிந்த முடிவாகத் தீர்மானித்து ஒதுக்கி வைக்கும் வரிகள் வெளிப்படையாக எதையோ சுட்டுவது போலிருப்பினும், யோசித்துப் பார்க்கையில் எதையும் சுட்டவில்லையோ என்றும் தோன்றுகிறது. அறியப்படாத பிரமாண்டத்தை நோக்கி வாசிப்பினை நகர்த்திச் செல்லும்வேளையில் உமாபதியின் கவிதை வரிகள், முன்கூட்டிய முடிவுகளைத் தவிர்த்துவிட்டுப் புதிய பிரதேசத்தை அறிமுகம் செய்து வைக்கின்றன.

தொகுப்பில் நெடுஞ்சாலை மனிதன், பாறை மீது ஒரு பட்டுப்பூச்சி, கண்ணாடி, தூரம், யார், இன்று... பல கவிதைகள் ஆழமான வாசிப்பைக் கோருகின்றன; உமாபதியின் கவிதை ஆளுகையைப் புலப்படுத்துகின்றன.

'வெளியிலிருந்து வந்தவன்' தொகுப்புமூலம் பரவலாக அறியப்பட்ட உமாபதியின் கவிதை மொழி / பாசாங்கு அற்று, அவரது உயிர்ப்பை வெளிப்படுத்துகிறது. தமிழ்க்கவிதைப் பரப்பில்,

இயல்பான தன்மையுடைய உமாபதியின் கவிதைகள் தமக்கான இடத்தினை நிறுவும் வலிமையுடையன; வலிந்து தரப்படும் அங்கீகாரத்திற்காகக் காத்திருப்பவையல்ல. அவ்வகையில் மனித இருப்புக் குறித்து ஆழ்ந்து விசாரிக்கும் உமாபதியின் கவிதை வரிகள், என்றும் தனித்துவமுடையனவாக விளங்குகின்றன. இதுவே அவரது கவிதைகளின் மேதைமை.

நெடுஞ்சாலை மனிதன், உமாபதி
கவுந்தப்பாடி: உன்னதம் வெளியீடு' 2002.

புதுஎழுத்து, 2003

ஸ்நேகித வனம்

சங்ககாலத்திற்குப் பின்னர் கவிதையில் அசலான பெண் குரல் அண்மையில்தான் கேட்கிறது. பெண் மனதின் விகாசங்கள் பிரத்யேகமான தளத்தில் நுட்பமாக விரிகின்றன. மொழி வழியே கவிதையாகப் பதிவாகும் குரலில், பால் பேதமுண்டா? என்ற வினாவிற்கப்பால், கவிதாயினிகளின் எண்ணிக்கை பெருகுவது உற்சாகமாக உள்ளது. பொதுவாகப் பெண் கவிஞர்களின் வெளிப்பாடானது பாசாங்கற்று, இருப்பின் அர்த்தத்தைத் தேடுகிறது. இதற்கு 'ஸ்நேகித வனம்' தொகுப்பு மூலம் கவிஞராக அறிமுகமாகும் ரெங்கநாயகியும் விதிவிலக்கல்ல. உயர் நடுத்தர வர்க்கத்து உயர் சாதியைச் சார்ந்த பெண்ணின் மனவோட்டம் செறிந்த கவிதை வரிகளாக வெளிப்பட்டுள்ளது. வண்ணதாசனின் 'கலைக்க முடியாத ஒப்பனைகள்' கதையில் வரும் பெண்ணின் உணர்வுகள் கவிதையானால் எப்படியிருக்கும் என்பதற்கு ரெங்கநாயகியின் எழுத்தே சாட்சி.

ரெங்கநாயகி கவிதைவழியே சித்திரிக்கும் முகம், உணர்ச்சிகளின் குவிமையமாக வெளியில் மிதக்கின்றது. உணர்ச்சிகளைக் கூட்டியமைத்து, அதிலிருந்து விடுபடும் நிலையில் ரெங்கநாயகியின் வரிகள் தனித்துவம் மிக்கனவாகின்றன. கவிதைக்குள் தோய்ந்து மூழ்கியவருக்கு அதிலிருந்து விடுபட்டுத் தள்ளி நின்று சொல்லாடலைத் தொடங்கவும் தெரிந்துள்ளது. அவருக்கு எதிராளியை நோக்கி வீசிட கேள்விகள் கைவசமுண்டு. திருப்தியும் அதிருப்தியும் கலந்த கலவையில் விரிந்திடும் பார்வையானது அவரது சுயத்தையே கேள்விக்குள்ளாக்குகிறது.

'ஓய்வு நேரக் கவிதை' என்ற தலைப்பில் விரியும் காட்சிகள் கட்டற்ற புனைவில் விரிகின்றன. எனினும் சுயம் சார்ந்த பார்வையில் ரெங்கநாயகியின் வரிகள் பளிங்காக உள்ளன. அழகியல் சார்ந்த விவரிப்பிலும் கவிஞரின் சுய ஆளுமை துருத்திக் கொண்டுள்ளது.

எனக்கும் இணக்கம் தான்
கண்களில் அள்ளிக் கொள்ள
ஆகாய நியான் விளக்கு
ஆற்றில் எதிரொலித்துச்
சிதறித்
தரும் நட்சத்திரங்களை
....
ஆயினும்
கால்களுக்கடியில் வாழ்தலைத் தொலைத்துவிட்டு
கடிகார முட்களால்
வாழ்கிறேன் போலும்.

வாழ்தலின் பரபரப்பில், தன்முனைப்புடன் அள்ளியணைத்திட முயலும் பேரழகு வயப்பட்ட நிலையில், எளிய வரிகளில் சித்திரிக்கப்படும உலக வசீகரமானது, மனதின் படபடப்பினுக்கும் இருத்தலின் வெக்கைக்குமிடையிலான நிலையைப் பதிவாக்கியுள்ள ரெங்கநாயகியின் வரிகள் இயல்பிலே கவித்துவம் மிக்கதாக உள்ளன. வாசகருடன் நெருங்கி அவலத்தைப் பகிர்ந்துகொள்ளும் கவிதை வரிகள் முக்கியமானவை.

மனிதனுக்கும் இசைக்குமான தொடர்பு புதிரானது. இசையானது மனதின் இடுக்குகளில் நுழைந்து, வெளியெங்கும் பரவும் உணர்வு அற்புதமானது. எதிர்மறையாக இசை, மனதின் நுட்பத்தைச் சிதைக்கும் கருவியாகவும் மாறலாம். ரெங்கநாயகிக்கு இசையானது பயத்தைத் தருகின்றது.

எனக்குப் பயமாக இருக்கிறது
என்றோ ஒரு நாள் நான்
இந்த
இசைக்குள் இறந்து விடுவேன்
என்று

கவிதைப் பிரதிக்குள் பொதிந்திருப்பது இசை தானா என்ற ஐயம் தோன்றுகிறது. இசை பற்றிய விவரணையைத் தாண்டி வாழ்வின் பிரமாண்டத்திற்குள் இழுத்துச் செல்கின்றன கவிதை வரிகள்.

பெண் என்ற தனித்துவத்துடன் அடையாளமாகும் கவிதைகளும் தொகுப்பிலுண்டு. பெண் இருப்பு குறித்த பிம்பம் ஒவ்வொரு கணத்திலும் பெண்ணுக்கு உணர்த்தப்படும் சூழலில், பெண்மொழியானது சுதந்திரமாக விரிகின்றது. அன்றாட வாழ்வில் எதிர்கொண்ட சவால்கள் / பிரச்சினைகள் ரெங்கநாயகிக்குள் உருவாக்கியுள்ள பதிவுகள் அருமையான கவிதை வரிகளாகியுள்ளன. புருஷார்த்தம், நேர்த்திக்கடன், ஒரு மழைநாள், இருத்தலில் திருத்தங்கள் வேண்டி, என்னில் அவன் ஆகிய கவிதைகள் பெண்ணின் தனிப்பட்ட உணர்வுகளை மூலமாகக் கொண்டுள்ளன. ஒரு மழை நாளில் விட்டேத்தியாக ஓய்விலிருக்கும் கவிஞரின் புளகாங்கித மனநிலையைப் புரிந்துகொள்ள முடிகிறது. எனினும் ஆண்தனமாய் இன்று நானும் / என் வீடும்... என்ற வரிகள் வாசிப்பைச் சிதைக்கின்றன. தினமுமான பொழுதுகளில் ஆண் — பெண் எதிர்கொள்ளும் கணங்களில் அர்த்தமாகும் இருப்பைக் கவிஞர் பிரித்துப் பார்க்கும்விதம் அலாதியானது.

பிறப்பின் தன்மை உணர்த்தும்
ரகசிய நிமிடங்களைக் கடந்த
போதுதான்
விழுந்தது என் முதுகில் கூன்

முதன் முதலாய் என்று கணவனின் ஆளுகையின் கீழ் அழுத்தப்பட்ட நிலையில், ‘அங்கமே சொந்தமற்றுப் போனாலன்று’ என்று அங்கலாய்க்கும் பெண்டாட்டி, தன் குட்டி மகளுக்கும் ‘ஒருபொழுது கூன் விழப்போமோ முதுகில்?’ என்று கவலைப்படுகிறாள். பெண் பெண்டாட்டி, முரணை ரெங்கநாயகி நுணுக்கமாகச் சித்திரிப்பது பலரது கவன வரம்பிற்கு அப்பாற்பட்டது. துளிர்போல பெண் என்று கவிஞர் பதிவாக்கியுள்ள வரிகள் ஆரவாரமற்றுச் சுயபலத்தில் விரிகின்றன.

எதுவும் கோஷமாகவோ கூச்சலாகவோ இவரிடம் இல்லை. பெண் என்று உணர்ந்து, அதேவேளையில் ஆணுடன் தவிர்க்கவியலாது வாழ நேர்தலை அங்கீகரிக்கும் பார்வை கவிஞரின் எழுத்தில் வெளிப்பட்டுள்ளது.

எழுத்துக்கும் மரபினுக்குமான உறவு முக்கியமானது. புதிய ஒளிக்கீற்றினைச் சொற்களின் வழியே பீய்ச்சும் கவிஞன்,

ஒவ்வொரு புள்ளியிலும் மரபின் மீதான தன்னுடைய சுவாசத்தை விரிவுபடுத்திக் கொண்டே போகிறான். எனினும் வழகொழிந்து போன சொற்கள் கவிதை வாசிப்பில் அலுப்பையே தரும். நேர்த்திக்கடன், வில்வக்கனி, நித்ய கர்மா, புனர் ஜென்மம், நச்சுப்பொய்கை, நிதர்சனம், சிருஷ்டி, புருஷார்த்தம், உற்சவருக்கு... போன்ற சொற்கள் தட்டையாகிப்போன நிலையில், இன்றைய சூழலில் அவற்றின் பயன்பாடு கவிதை அறிதலைத் தடை செய்கிறது. புராணம், வைதீகச் சடங்குகளை முன்னிறுத்தும் கவிதைகள் வேறு எவ்விதமான அனுபவமும் தராமல் ஒற்றையாக உள்ளன. மிகப்பழைய விஷயத்தைக் கவிதையாக்கும்போது நவீனத்தில் வீச்சு வெளிப்பட வேண்டியது அவசியம்.

கழுத்துவரை நிணம் / இடுப்பு வரை மலம் என்று சித்தர் பாணியில் தத்துவம் போதிக்கும் சாதாரணக் கவிதைகளும் தொகுப்பிலுள்ளன.

சந்தநயத்துடன் அடுக்கப்பட்டுள்ள சொற்களின் கோலமானது கவிதையை அழகிய ஓவியமாக மாற்றுகிறது. இதனால் ரங்கநாயகியின் கவிதைகளில் ஒருவிதமான வசீகரிப்பு உள்ளது. கவிதைகளில் வெளிப்படும் கருத்தியல் குறித்து ரங்கநாயகி எதிர்காலத்தில் அவசியம் அக்கறைகொள்ள வேண்டும். அப்பொழுதுதான் அவருக்கான கவிதையுலகு சாத்தியப்படும். பேராசிரியர்களுக்கும் படைப்பாக்கத்திற்கும் சம்பந்தமற்ற தமிழ்ச்சூழலில், தமிழில் தனித்துவம் மிக்க கவிதைகளை ரெங்கநாயகி எழுதியுள்ளது அருமையான விஷயம். 'ஸ்நேகித வனம்' நம்பிக்கை அளிக்கும் பெண் கவிஞர்கள் வரிசையில் ரெங்கநாயகியையும் சேர்த்துள்ளது. இதுவே தொகுப்பின் பலம்.

ஸ்நேகிதவனம், ரெங்கநாயகி
சென்னை: விருட்சம் வெளியீடு, 2002

2003

ஆறாவது பகல்

மொழியின் அதிகபட்ச சித்து விளையாட்டின் உச்சகட்ட வெளிப்பாடே கவிதை வரிகள். சமிக்ஞைகளின் தொகுப்பான சொல் உணர்த்தும் பிரதேசங்கள் வெறும் வெளியாகவோ, காட்சி ரூபங்களாகவோ வெளிப்படுகின்றன. சொல்லைத் திருகிக் குடைந்து உணர்வுகளின் சாயலைத் தோய்த்து வெளிப்படும் சொற்குவியல் எவ்விதமான பதிவையும் தோற்றுவிக்காமல் போகலாம். இந்த இடத்தில் கவிதையின் இருப்பு ஆழமான விவாதங்களுக்கு இட்டுச் செல்கிறது. நவீன வாழ்தலின் சூழல், கவிதையை அர்த்தத்துடன் பொருத்துவதில் அக்கறை கொள்ளவில்லை. இது எப்படி சாத்தியம்? கவிஞனிடமிருந்து கவிதை பிரிக்கப்பட்டதுபோல, கவிதை, சொல்லிலிருந்து சுழன்று தானாகவே உருக்கொள்கிறது. இப்படியான கவிதைகள் தமிழில் புதிய தடம் அமைக்க முயலுகின்றன. அப்பாஸின் 'ஆறாவது பகல்' தொகுப்பை இப்படித்தான் அடையாளம் காண வேண்டியுள்ளது. கவிதை என்பது மனசுக்கு நெருக்கமானது என்ற பிம்பத்தை உடைத்துவிட்டுப் புனிதகளம் தேடி இவரது கவிதைகள் வெளியெங்கும் அலைகின்றன. வார்த்தைகள் மூலம் கவிதை உணர்த்த விரும்பும் அர்த்தங்கள் குறித்து அக்கறையற்ற அப்பாஸ், புனைவுகளைக் காட்சி வடிவில் சித்திரிக்க முயலுகிறார். மாலையில் அடிவானில் தகிக்கும் செம்மஞ்சள் குழம்பு மேகம் உணர்த்த விரும்பும் பொருளையே அப்பாஸின் கவிதைகளில் கண்டறிய முடிகின்றது. இதனால் இவரது கவிதைகளின் சொற்கள் அந்நியப்பட்டுப் பரதேசியாகச் சஞ்சரிக்கின்றன.

'ஆறாவது பகல்' என்ற தொகுப்பின் தலைப்பு உறைந்து போயுள்ளது. தலைப்பினை எப்படி வேண்டுமானாலும் வியாக்யானம் செய்து கொள்ளலாம். மேலோட்டமாக ஏதோ உணர்த்துவது போலிருப்பினும் எதையும் குறிப்பாகக்கூட உணர்த்தாமலிருப்பதுதான் உண்மை.

மழை என்ற கவிதை காலம் பற்றிய அதீதமான பிரக்ஞையில் சொற்களில் உறைந்துள்ளது என்பதைவிட காட்சிப்படுத்த முயலுகிறது என்பது பொருத்தமானது. நாளை என்பது எந்த அளவுகோலினால் அழிக்கக்கூடியதாக இருக்கிறது என்பது முக்கியமான கேள்வி. மனதின் விளிம்பில் வெளிப்படும் காலம் பற்றிய அறிநிலையில் 'நாளை' உறைந்து கிடக்கிறது. இரவு முழுக்க நாளை குறித்துச் சிந்திப்பவனுக்கு, யோசிக்கும்வேளையில், நாளை என்பது வெற்றுச் சொல்லாகிவிடும். ஒருக்கால் பொழுது புலராவிடில் என்னவாகும்? நாளை என்ற சொல்லின் முழுப் பரிமாணமும் சுழன்று போகும். அப்புறம் வெறுமனே நாளை மட்டும் தேங்கி நிற்கும். இங்கு அப்பாஸின் நோக்கம் கவிதையைத் தத்துவமயப்படுத்துவது அல்ல; புரியாத புதிர்களுக்குள் நுழைந்து உறைந்து போவதும் அல்ல. மனதின் காட்சியை எழுத்து வடிவில் ஓவியமாக்கியுள்ளார். கவிதையும் ஓவியமும் குழம்பி வெளிப்படுவது முக்கியமானது அல்லவா?

காலம் என்பதனை இறந்த காலம், இறப்பல்காலம் என்று பிரிக்கலாம். நிகழ்காலம் என்பது சுகமான கற்பனை. அகாலம் குறித்து ஆழ்ந்து யோசிக்கும் அப்பாஸின் கவிதைகள், காலம் குறித்த பிரக்ஞையின் அழுத்தமான பதிவுகளை உருவாக்குகின்றன. காலத்தில் இருப்பினைப் பொருத்திக் காண முயலும் கவிஞருக்கு எல்லாம் காலம் தவிர்த்த புள்ளியில் ஒருங்கிணைவதாகத் தோன்றுகிறது.

என்னைக் கேட்காமலேயே
எனது அறையினுள் வந்துவிடுகிறது
சப்தமற்ற
இந்த நண்பகல்
பின் மதிய வேளையில்
வெளியேறும் பொழுதும்
என்னிடத்தில்
சொல்லிக் கொள்வதே இல்லை
...

வாசிப்பில் எளிமையாகத் தோன்றும் கவிதை வரிகள். அப்பாஸின் காலம் பற்றிய புரிதலுடன் விரிகின்றன. இருப்புக்

குறித்து எப்பொழுதும் குமைந்துகிடக்கும் கவிஞருக்கு நண்பகல் என்பது வேடிக்கையாகத் தோன்றுகிறது. பூனையைப் போல் வீட்டிற்குள் நுழைந்து உடன் காணாமல் போகும் நண்பகலைச் சொற்களில் அடைக்க முயன்றுள்ளார். அதற்கு சாட்சியாக பகல் தேவைப்படுகிறது அவருக்கு. நினைவு அடுக்குகளில் கீறி முளைக்கும் காலத் துணுக்கான 'நண்பகல்' ஏதாவது ஒரு புள்ளியில் உறைந்திட்டால் அப்பாஸூக்குத் திருப்தியேற்படும். மனிதப் பிரயத்தனங்களை மீறி இடைவிடாத இயக்கத்தில் அகாலமாகிப்போன நிலை சூட்சுமமாகக் கவிதையாக்கப்பட்டுள்ளது. மேலும் கவிதைவரிகள் மேகப் பொதிகளாய்த் திரண்டு கலைந்து போய்க்கொண்டேயிருக்கின்றன.

அந்த செந்நிற மாலையில்
நீ பேசிய வார்த்தைகள்
இரவில்
மஞ்சள் நிற திரவங்களில்
மிதந்து கொண்டிருக்கின்றன
....
மெல்லக் கடந்து போகிறான்
ஒரு இரவு மனிதன்
...
உனது தனிமை இரவின்
பகல் மீது
நான் அச்சமின்றி நடமாடுகிறேன்
...

காலத்தின் பிசிறுகளில் அப்பாஸின் வார்த்தைகள், விநோத உலகிற்குள் பயணப்பட்டுப் புதிர் வழிகளில் சுழல்கின்றன.

கவிதை மூலம் விவரிக்கப்படும் காட்சிகள்தான் கவிஞருக்குப் பிரதானம், வெளியெங்கும் தீட்டப்பட்டிருக்கும் பிரம்மாண்டமான ஓவியம் போல, கனவுலகிலும் காட்சிகளை ஒருங்கிணைக்க முயலும் ஜாலம் அப்பாஸிற்குக் கைவரப்பெற்றுள்ளது. ஒரு கவிதைக்குள்ளேயே இருவேறுபட்ட எதிரெதிர் முனைகள் சுயமாக நிற்கின்றன. தேநீர் கோப்பையுடன் கவிஞர் மலைத்தொடர்

என்ன பிரச்சினை? மலைக்கும் கவிஞருக்குமிடையிலான சொல்லாடல்தான் என்ன? ஆனால் காலந்தோறும் கற்பிதமாகிக் கொண்டிருக்கும் புலன்கள் சார்ந்த அறிதல் எல்லாவற்றையும் இணைக்க முயலுகிறது. ஒவ்வொரு சங்கேதத்தினையும் இருப்புடன் பொருத்தித் தனியாகக் காணும் முயற்சியில் மரபு வழிப்பட்ட மனம் ஈடுபடுகிறது. அப்பாஸ் மலைத்தொடர் என்ற ஒற்றை முரண்பாட்டினுள் பல்வேறு புதிர்கள் பொதிந்திருப்பது இயற்கையின் விசித்திரமின்றி வேறு என்ன? வரிகள் புதிரைக் கவிதையாக்க முயலுகின்றன. அதற்கப்பால் செல்ல தோதுப்படாவிடிலும் யாருக்கும் நஷ்டமில்லை; குறிப்பாகக் கவிதைக்கும்தான்.

சொற்களைப் புனைந்திடும்போது ஏதோ ஒன்றைத் தோன்றவைத்து, அதன் பின்னுள்ள மெய்மைகளை உணரச் செய்வது நவீனத்துவக் கவிஞர்களின் முதன்மைப்பணி. அவ்வகையில் அப்பாஸின் கவிதைகள் நவீனத்துவமானவை.

ஆறாவது பகல், அப்பாஸ்
சென்னை: அகம் வெளியிடு, 2002.

2003

சொற்கள் உறங்கும் நூலகம்

தமிழில் நவீன கவிதை 1990களில் புதிய திசை வழியில் பாய்ச்சலாக வெளிப்பட்டது. மொழியின் அதிகபட்ச சாத்தியங்களின் மூலம் தன்னையே விசாரிக்கும் கவிஞர்களின் லிபிகள், வாசிப்பில் புதிய அனுபவத்தினைத் தந்தன. கவிதை வடிவத்திற்குள் 'டியோனசர்' புதைந்திருப்பதாக நம்பிச் செயற்பட்ட கவிஞர்களின் தன்முனைப்பு ஆழமானது; தொடர்ந்து தனது இருப்பினைத் தக்கவைத்துக் கொள்வதற்கான நெருக்கடியும் ஏற்பட்டது. இந்நிலையில் 'இரவு என்பது உறங்க அல்ல' என்ற புதிய குரலுடன் அறிமுகமான யவனிகா, தொடர்ந்து கவிதைத்தளத்தில் தீவிரமாக இயங்கிக்கொண்டிருப்பது தற்செயலானது அல்ல; அண்மையில் 'சொற்கள் உறங்கும் நூலகம்' தொகுப்பின் மூலம் சூழலில் அதிர்வுகளை ஏற்படுத்த முயன்றுள்ளார். கருத்தியல்ரீதியில் சமனிலையைக் குலைத்திட முயலும் யவனிகாவின் பின்புலம் நாடோடித்தன்மைமிக்கது. சங்க இலக்கியப் பாணர் மரபில் வந்த கவிஞராக யவனிகாவின் தோற்றமுள்ளது. வெவ்வேறு பிரதேசங்களில், இருப்புக்குறித்த அக்கறையற்றுப் பயணித்திருப்பதன் மூலம், இவரது கவிதைகளில் செவ்வியல்தன்மை தோய்ந்துள்ளது.

செறிவு அல்லது நகாசின் மூலம் சொல்லுக்கு உருவேற்றுவதைத் தவிர்த்து எளிய மொழியின் வழியே சம்பவ விவரிப்பின் மூலம் கவிதையாக்குவது யவனிகாவிற்கு இயல்பிலே கைவரப் பெற்றுள்ளது. அவரது புனைவுலகு விட்டேத்தியான பரப்பாக விரிகின்றது. யவனிகாவைப் பொறுத்தவரையில் காலம் உறைந்திருப்பது அச்சலாத்தியாக உள்ளது. சிதைந்துகிடக்கும் காலத்தின் துணுக்குகள் மூச்சுக்காற்றின் வழியே கடந்து போய்க் கொண்டிருக்கின்றன. நிகழ்காலம் என்பது வெறும் கனவு அல்லது நினைவுதான். இறந்த காலமும் இறப்பல் காலமும் (Non—Past) தாரும் மாலையுமென மயங்கிடும் கையறுவெளியில், திருவிழா முடிந்தபிறகு வந்த பலூன் வியாபாரியாகக் கவிஞர் ஒற்றையாக

நிற்கின்றார். நினைவுகள் வேட்டைநாயின் மூர்க்கத்துடன் விரட்டி வந்து கொண்டிருக்கின்றன. மொழி வழியே கடந்த காலத்தை அசைபோடும் வேளையில், நடப்பு முழுக்க முரண்படுகிறது. இந்நிலையில் எதிர்காலம் என்ற சொல்லின் அபத்தமும் அர்த்தமும் நினைவில் உறுத்தும்போது யவனிகாவின் ஆளுமையானது அற்புதமான கவிதை வரிகளாக வெளிப்பட்டுள்ளது. பதினாறாம் நூற்றாண்டின் / இறுதி ஆண்டுகளில் ஒரு நாள் / என்று துல்லியமாகத் தொடங்கும் கவிதை வரிகள் வாசிப்பில் கிறங்க வைக்கும் விசித்திரமான அனுபவங்களைத் தருகின்றன. ஐரிஷ் பெண்ணான லின், மதுக்கூடத்தில் கனிவுடன் பியர் பரிமாறுபவள். அவளை நூறு அமெரிக்க டாலருக்கு அழைத்தவன் அதிகாலையில் குறியில் குருதி பெருகக் கிடக்கிறான். தப்பித்த லின்னுக்கு நாகா என்ற பெயரும் உண்டு என்ற தகவலும் கவிதையில் தரப்பட்டுள்ளது. யதார்த்தமான சில காட்சிகளைச் சொற்களை ஒருங்கிணைத்து அடுக்குவதன்மூலம், இருப்பினை விநோதமாக்குவது நுட்பமாக நடைபெற்றுள்ளது. இதன் தொடர்ச்சியாகத்தான், கடைமடையும் தானியம் பொலிய / கல்லணை கட்டிய கரிகாலா / என்ற இடைவெட்டு வரிகளையும் புரிந்துகொள்ள முடியும். அதேநேரத்தில் சீரான போக்கிலமைந்த கவிதையின் ஒழுங்கினைச் சிதைத்துப் புதிய தகவலைத் திணிப்பதன்மூலம், கவிதை புலனிகழ்வு மிக்கதாகிறது. காலம் கவிஞருக்கு ஏற்படுத்தும் அவஸ்தையின் வெளிப்பாடாகக் ‘கலைநயம் மிக்க மதுக்குவளைகள்’ கவிதையைக் கருதலாம்.

யவனிகா கவிதைகளின் அடியோட்டமாக அதிகார எதிர்ப்பு நுண்தளங்களில் பாய்கின்றது. அன்றாட வாழ்வின் நெருக்கடிகளும் எதிர்பார்ப்புகளும் கசக்கிப் பிழிந்திடுகையில், அவற்றை முற்றிலும் புறக்கணித்துத் தனக்கான இடத்தினை நிறுவுவதாகப் பாவிப்பதும், இறுதியில் அதிகாரத்தினுக்கு வழிவகுப்பதாக உள்ளது. கவிதை வரிகள் அதிகாரத்தினைத் தகர்த்திட முயலும்போது, வேறு வகைப்பட்ட புதிய அதிகாரத்தினைக் கட்டமைப்பது, அதற்குள் பொதிந்திருப்பதுதான் மனித சாராம்சத்தின் விநோதம். பூகோளத்தின் சகல சுழற்சிகளும் அதிகார மையத்தினை நிறுவ முயலுகின்றன. மொழியே அதிகாரம் என்ற பின்நவீனத்துவ வாசிப்பில் கவிதை வரிகளும், ஒரு புள்ளியில் அதிகாரமாகின்றன.

யவனிகா அதிகாரமற்ற கற்பனைப் பெருவெளியில் தொடர்ந்து தனது தேடுதலையும் இருப்பினையும் புனைவாகத் தக்க வைத்துக்கொள்ள முயலுகிறார். அதிகாரம் எப்படியெல்லாம் செயல்படுகிறது என்பதனை 'ஆயுதச்சாலை' கவிதை நுணுக்கமாகச் சித்திரித்துள்ளது.

ஆயுதங்களை ஏற்றிச் செல்லும் / வாகனங்களுக்கான சாலைகளின் வரைபடத்தைக் கணக்கிட முயல்வது சவாலான ஒன்று / நடுமுதுகுத் தண்டில் இறங்கி புட்டத்தில் / ஏறிக் குதிக்கிறது ஒரு பீரங்கி வாகனம் / கீழ்த்திசையில் சாலைகளில் ஓய்வெடுக்கும் / அவ்வாகனங்களில் இருந்து சிலசமயம் / உணவுப் பொட்டலங்கள் இலவசமாகக் கிடப்பதை / உயிரற்றவர்கள் உண்ண மறுப்பதாக / புள்ளி விவரங்கள் தெரிவிக்கின்றன. இப்படியான வாகனம், எழுதுபவனின் கைகள் கேள்வி கேட்பவனின் கால்கள் மீதும் ஏறி நசுக்குகிறது; குடும்பஸ்தனை நடுங்க வைக்கிறது. ஆயுத வாகனம் என்பது அதிகாரத்தின் குறியீடாகக் கவிதையில் சொல்லப்பட்டுள்ளது. வாழ்க்கைமீது நம்பிக்கைகொள்ளச் சொன்ன தத்துவங்கள் அர்த்தமிழந்தநிலையில், அதிகாரம் எல்லா முனைகளிலும் தாக்குதல் கொடுப்பது நுட்பமான கவிதை வரிகளாகியுள்ளன.

இன்று விழுமியங்கள் மதிப்பிழந்து போய்விட்ட நிலையில் 'குற்றமனம்' என்பதும் வெற்றுச் சொல்லாகிவிட்டது. மனித இருப்பில் குற்றம் என்ற கருத்தியல் உருவான பின்புலம் காலியாகிவிட்டது; கேள்விகளும் ஐயங்களும் நிரம்பி வழிகின்றன. தொலைவானத்தில் பார்வைப் புலத்திலிருந்து மறைந்துபோன ஒற்றைக் காகம் எதனுடைய அடையாளம்? எங்கும் புதிர்ந்து நிரம்பி வழிகின்றன. நினைவுவெளியில் ஏற்படும் குழப்பங்கள் கடந்த காலம் என்ற சுமையைத் தூக்கிக்கொண்டு அலைய நிர்ப்பந்திக்கின்றன. இத்தகு சூழலில் எல்லாவற்றிலிருந்தும் விடுபட தர்க்கத்தின் வழியே மொழியைக் கட்டமைத்திடும் கவிதை ஆக்கத்தில் யவனிகாவின் குரல் தனித்து விளங்குகிறது.

"பிறந்த குழந்தைகளை / உயிருடனோ பிணமாகவோ / குப்பைத் தொட்டியில் போட்டு விடுபவர்கள்தான் / நாய்களுக்கு நல்ல வகையான / புரதச் சத்துக் கிடைக்க உதவி செய்கிறார்கள்"

எல்லாவற்றிலிருந்தும் அந்நியப்பட்டுக்கொண்டிருக்கும் சூழலின் வெளிப்பாடாகத்தான் இவ்வரிகளை அடையாளம் காணமுடியும். ‘வீட்டு விலங்குகள்’ என்ற தலைப்பு வாசிப்பில் புதிய கேள்விகளை உருவாக்குகின்றது.

யவனிகாவின் கவிதை வரிகள், புதிய தடத்தினைத் தமிழுக்கு அறிமுகப்படுத்துகின்றன. இன்று ஒரேவகைப்பட்ட மொழியில் இறுகிப்போன வரிகளுக்கிடையில் பல கவிஞர்கள் உறைந்து கிடக்கின்றனர். யவனிகாவின் கவிதைகள் வெளிப்படையாக ஏதோ சொல்வதுபோல காட்சி தந்து, விவரிப்பில் இருண்மைக்குள் சிக்கி, மீண்டு ஸ்படிகமாக உருவான மொழியில் வெளிப்படுகின்றன. வாழ்க்கை புனைவும் விநோதமும் உடையது என்பதனை மீண்டும்மீண்டும் உறுதிப்படுத்தும் வரிகளுக்கிடையில் வாசகன் பயணிப்பதற்கான ‘தோது’ நுட்பமாகப் பொதிந்துள்ளது. இலக்கற்றுப் பயணித்துக் கொண்டிருக்கும் பரதேசியின் பயணம் போல, யவனிகாவின் கவிதைகள் வெவ்வேறு புறக்காட்சிகளில் வழியே விரிந்துகொண்டேயிருக்கின்றன. அவை, நவீன வாசகருடன் ஆழமான கருத்தாடலைத் தொடங்குவதற்காகக் காத்திருக்கின்றன. இதுவே நவின கவிதைச் சூழலில் யவனிகா கவிதைகளின் ஆகப்பெரிய பலம்.

சொற்கள் உறங்கும் நூலகம், யவனிகா ஸ்ரீராம்.
நாகர்கோவில்: காலச்சுவடு பதிப்பகம், 2006.

அ'னா ஆ'வன்னா

நா.முத்துக்குமாரிடம் இயல்பிலே கதை சொல்லும் திறன் பொதிந்துள்ளது. அவர் எதிர்கொள்ளும் ஒவ்வொரு மனிதனும் ஒரு சம்பவம் அல்லது கதையின் வழியாகப் பாத்திரமாக உருவெடுத்து அவருக்குள் பதிவாகிக் கொண்டிருக்கிறான். தனது அனுபவங்களையோ அல்லது அறிந்தவற்றையோ புறக்காட்சிகளின் குறுக்குவெட்டுப் பதிவுமூலம் கவிதையாக்குவது அவருக்கு நுணுக்கமாகக் கைவரப்பெற்றுள்ளது. தான் பிறந்து வளர்ந்த ஊர், அப்பா, நண்பர்கள், வகுப்பறைத் தோழர்கள், கோயில் கோபுரம், பதின் பருவக் காலத்தில் எதிர்கொண்ட நண்பர்களின் தங்கைகள், ரிக்ஷா ஓட்டும் எம்.ஜி.ஆர் இப்படிச் சகலருக்கும் பொதுவான நினைவுகளைத் தனக்கே உரித்தானதாகக் கவிஞர் மீட்டுருவாக்கம் செய்வது வாசிப்பில் சுவராசியத்தைத் தருகின்றது. கடந்த காலம் என்பது ஏக்கமான தொனியில், உருக்கத்தினை ஏற்படுத்தும்வகையில் காட்சிகளாகப் பதிவாகியுள்ளன. முத்துக்குமாரைப் பொறுத்தவரையில் நடப்பு வாழ்க்கை யதார்த்தமானது; சிடுக்குகளோ மர்மங்களோ அற்றது. அன்றாட வாழ்க்கையில் சக மனிதர்களுடனான உறவு / சிநேகம் உருவாக்கும் கொண்டாட்டம் / அனர்த்தம் ஏதோ ஒருபுள்ளியில் மனத்தில் ஏற்படுத்தும் தாக்கம் கவிதைகளுக்கான கச்சாவாக மாறுகின்றது. இவைபோன்ற கவிதைகளும் இன்று தேவைப்படுகின்றன. எவ்வளவுதான் வாழ்க்கையின் புனைவுகள் பற்றியும் விநோதங்கள் பற்றியும் விடியவிடியப் பேசினாலும், காலை பத்து மணிக்கு அலுவலகப் பதிவேட்டில் ஒப்பிட வேண்டிய நிர்ப்பந்தம், மனத்தில் நெருடிக் கொண்டிருப்பதுதான் யதார்த்தம்.

நண்பர்களின் தங்கைகள், காயத்ரிகள், தலையணை வாத்துகள் போன்ற கவிதைகள், வண்ணதாசனின் சிறுகதைகள் செய்வதற்றை வேறு வடிவத்தில் செயல்படுத்த முயன்றுள்ளன. கடந்த காலம் மனிதர்கள் வழியே பதிவாக்கப்பட்டுள்ளது. இங்குமங்கும் கிறுக்கிடும் கோடுகளின் ஒருங்கிணைப்பில் உயிர்த்தெழும்

ஓவியம்போல, சிற்சில நினைவுகளின் ஒத்திசைவில் மனதைத் தொடும் விதத்தில் படைக்கப்பட்டுள்ள கவிதைகள், ஒருவிதமான சோகத்தினை உள்ளடக்கியுள்ளன. நினைவுகள் மொழியின் வழியே சுமையாக ஒவ்வொருவருக்குள்ளும் ஏற்படுத்தும் கிளர்ச்சிகளுடன் முத்துக்குமாரின் வரிகள் ஒத்துப்போகின்றன.

ஒவ்வொரு முறை / வந்து போகும் போது / நெருங்கிய ஒருவரின் / மரணம் பற்றிய செய்தியும் / தொடர்பு கொண்டு / தெரிவிக்க முடியாமைக்கான / வருத்தமும் / யார் வீட்டுத் திண்ணையிலோ / ஒரு கண்ணீர்த்துளியைப் போல / அமர்ந்திருக்கிறது.

இக்கவிதையிலுள்ள எல்லாச் சொற்களும் அடிப்படை மொழியறிவு உள்ளவராலும் விளங்கிக் கொள்ளப்படக்கூடியன. எனினும் சோகந்தோய்ந்த காட்சியைக் கண்ணீர்த்துளியாகச் சொல்வதன் மூலம், கவிதை வரிகள் மௌனத்துடன் உறைந்து விடுகின்றன.

'பால காண்டம்' தொகுப்பிலுள்ள அருமையான கவிதை. முன்னொரு காலத்தில் தாங்களும் குழந்தையாக இருந்தவர்கள் என்பது ஏனோ பெரியவர்களுக்குப் புலப்படுவதில்லை. எல்லாக் குழந்தைகளும் நம்மளவில் முழுமையுடையனவாக உணர்கின்றன; பெரிய ஆளுடன் ஒப்பிட்டுத் தன்னைத் தாழ்த்திக் கொள்வதில்லை. இயல்பிலே துருதுருவென்று ஆயிரமாயிரம் கேள்விகள் கேட்கத் துடித்திடும் குழந்தையை அடக்கியொடுக்கி, வன்முறை மூலம் தனது நிலையை வலுவாக்கிக் கொள்கின்றனர் பெரியவர்கள். குழந்தை உளவியலை அடிப்படையாகக்கொண்ட முத்துக்குமாரின் கவிதை வரிகள் குதூகலமான குழந்தை உலகினை முன்னிறுத்துகின்றன. மனித இருப்பில் ஒவ்வொரு பருவமும் கொண்டாடப்பட வேண்டியனவாகும். ஆனால் சமூக அமைப்பில் பெற்றோர் ஸ்தானம் புனிதமானது என்று உன்னதப்படுத்துவதன் மூலம் அதிகாரத்துவ மொழியானது குழந்தைகளை நோக்கித் தொடர்ந்து வீசப்படுகின்றது. இதனால்தான் கவிஞர்,

கடவுளின் குழந்தைப்பருவ / உலகத்தின் சாவியும் கடவுளிடம் இல்லை / அவரது பெற்றோர்களிடமே இருக்கிறது.—.

என்று போகிற போக்கில் சொல்லிவிடுகிறார். பெரியவர்களால்

குழந்தையின்மீது நிகழ்த்தப்படும் அத்துமீறல்களுக்கு விடிவு இல்லை என்பதனை நுட்பமாகக் கவிதை வரிகள் பதிவாக்கியுள்ளன.

'பாட்டி சொல்லாத கதை' தொகுப்பில் மிகை நடப்பியல்ரீதியில் விரிந்திடும் நுணுக்கமான கவிதை. பாட்டியின் நினைவுகளின் வழியே வாழும் தாத்தா பற்றிய பேரக்குழந்தைகளின் பார்வையில் கவிதை விரிகின்றது. புகைப்படம் எடுத்தால் ஆயுள் கம்மி என்று நம்பிய காலக்கட்டத்தில் எடுக்கப்பட்ட தாத்தாவின் எக்ஸ்ரே ஃபிலிம். அவரது மறைவுக்குப் பின் சட்டமிடப்பட்டு சுவரில் தொங்கியது என்பது வெறும் பகடி மட்டுமல்ல; செல்லரித்துப்போன எக்ஸ்ரே ஃபிலிம் என்பது கடந்த காலத்தின் குறியீடாக உள்ளது. இன்று நமக்கு எல்லாமே நினைவுகளில் வெற்றுச் சட்டகங்களாக மட்டுமே மிஞ்சியிருக்கின்றன. வரலாறு என்ற பெயரில் கணக்கற்ற புனைவுகளைக் கட்டமைத்தாலும், "இந்த எலும்புக்கா / இத்தனை ஆட்டம்" என்று சீறிடும் பாட்டியின் உக்கிரமான சொற்களில் கடந்த காலம் உறைந்து கிடப்பதனை அவதானிக்கலாம்.

மிகச் சாதாரணமான சம்பவம் / சராசரி நபர்கூட முத்துக்குமாரின் விவரிப்பின்மூலம் பூடகத்தன்மை பெற்றுக் காப்பியக் குணாம்சம் பெற்று விடுகின்றனர். இத்தகைய கவிதைகள் வாசிப்பில் ஒவ்வொருவரது பழைய நினைவுகளின் வழியே பயணித்து நினைவுகளைக் கிளர்ந்தெழச் செய்கின்றன. குமுதம் போன்ற வெகுஜனப் பத்திரிகை வாசகரைக் கருத்தில்கொண்டு எழுதப்பட்டுள்ள இக்கவிதைகளில் சில அளவுக்கு மீறிய எளிமையினால் மலினமாகிவிட்டன. கவிதைத் தொகுப்பாகக் கொண்டு வரும்போது அவற்றை எடிட் செய்திருந்தால் செறிவுடன் செம்மைப்பட்டிருக்கும். மார்கழி மாத இரவில், முழுநிலவு நாளில் மொட்டை மாடியில் படுத்துக்கொண்டு வான்வெளியை ரசிப்பதற்கு எவ்விதமான பின்புலமும் தேவையில்லை. முத்துக்குமாரின் கவிதைகளை வாசிப்பதும் அதுபோலத்தான்.

அ'னா ஆ'வன்னா, நா.முத்துக்குமார்,
சென்னை: உயிர்மை பதிப்பகம்

உயிர்மை, 2006.

வெளிச்சத்தின் வாசனை

தமிழில் நவீன கவிதைப்போக்கு பாய்ச்சலில் புதிய தடங்களில் பயணித்துக்கொண்டிருக்கிறது. உலகமயமாக்கலின் கரங்கள் இறுகிக்கொண்டிருக்கும் வேளையில், தனிமனிதனின் மனம் எதிர்கொள்ளும் புனைவுகளும் வேதனைகளும் மாறுபட்ட மொழியில் செறிவான கவிதை வரிகளாகப் பதிவாகிக் கொண்டிருக்கின்றன. இயற்கை சார்ந்த வாழ்க்கைப் பரப்பிலிருந்து அந்நியமாகிவிடும் சமூகச்சூழல், மனித உடல்களைத் தொடர்ந்து வேட்டையாடிக் கொண்டிருக்கின்றது. இத்தகு சூழலில் நவீன கவிதையானது மொழியின் வழியே அர்த்தப்படுத்தும் நிலையில் மர்மப்படுத்தும் தன்மையை ஏற்றுக்கொண்டுள்ளது. குழம்பிக்கிடக்கும் சொற்களின் வெவ்வேறு சாத்தியங்களுடனான மனத்தின் எழுத்து இணைப்பின் மூலம் வெளிப்படுத்தும் வாக்கியம், 'வெளிச்சத்தின் வாசனை' எனப் பதிவாகி விடும்போது, மரபு வழிப்பட்ட வாசகன் திடுக்கிட நேரிடுகிறது. பா.தேவேந்திரபூபதியின் இரண்டாவது கவிதைத் தொகுதியின் தலைப்பான 'வெளிச்சத்தின் வாசனை' என்ற சொல்லாக்கம் விநோதமான உலகினுக்கு இட்டுச் செல்லுகிறது. பொதுவாகப் பூபதியின் கவிதை வரிகளுக்கிடையில் மனவுணர்வுகள் உறைந்து கிடக்கின்றன. ஒவ்வொரு உயிரும் சொல் மூலம் கடந்திடும் அனுபவம் முக்கியமானது. கவிதைக்குள் புதைநிலையில் பதுங்கியிருக்கும் அர்த்தச்சுமையானது, சுயஅனுபவம் சார்ந்த நிலையில் கிளர்ச்சியை ஏற்படுத்துகிறது. அக்கிளர்ச்சியின் விளைவாகப் பதிவாகிவிடும் வரிகள் மௌனத்தையும் உள்ளடக்கியிருப்பது கவிதை மொழிகள் தனித்துவமாகும்.

பூபதியின் கவிதைகளில் மரபு வழிப்பட்ட தொன்மங்கள் ஏதோ ஒருநிலையில் நுண்மையாகப் பதிவாகியுள்ளன. இன்னொரு புறம் யதார்த்த வாழ்க்கையின் அபத்தமும் வெக்கையும், அழுத்தமாக வெளிப்பட்டுள்ளன. 'அடையாளம்' சப்த ஒழுங்கும் மொழி அழகும் கூடி வரப்பெற்ற அருமையான கவிதை. நடைமுறையில்,

பிரக்ஞையில் எல்லாம் சரியாக இருப்பதான நிலையில், போதுமானது குழப்பத்தை இன்றும் அதிகரிக்கவே செய்கின்றது. அடையாளம் என்பது மொழி, இனம், சாதி, சமயம் சார்ந்து பிரச்சினையாகிப் போன நவீன வாழ்க்கையில், முகம் என்பது மரபு வழிப்பட்ட தாத்தாவின் நகல் என்ற கருத்து நுட்பமான சொல்லாடலுக்கு வித்திடுகிறது. பேரன் தாத்தாவின் சாயல் என்ற நிலையில் மகளின் இருப்பு விநோதமாக உருவெடுக்கிறது. இக்கவிதைக்குள் படிப்படியாக ஆண் பிம்பத்தின் உச்சம் கேள்விக்குள்ளாக்கப்பட்டுள்ளது. எல்லாமே சாயல்களின் சாயல்தானா என்ற கேள்வி தோன்றுகிறது.

திணை சார் சங்கக்கவிதை மரபினைப் பின்புலமாகக்கொண்ட நவீனத் தமிழ்க்கவிதையில் பூபதி விவரிக்கும் மண்ணுலகக் காட்சிகள் இருப்புக் குறித்த பதிவுகளை முன்னிறுத்துகின்றன. இருபத்தோராம் நூற்றாண்டு எவ்விதமான பரபரப்பும் இல்லாமல் கரைந்துகொண்டிருக்கின்றது. தினசரி வாழ்க்கைச் சௌகர்யத்திற்காக உந்து, வலைப்பின்னல், வங்கி ஆகியவற்றுடன், எதையாவது விற்பனை செய்திடத் துடிக்கும் விற்பனைப் பிரதிநிதி, கொக்கோகோலா, அலைபேசி, தடுமாறி நடக்கும் குருடர்.. என்று காட்சிகள் விரிகின்றன. இவற்றுக்கிடையில் காலிறக்காமல் பைக்கில் அமர்ந்தபடி சிகரெட் புகைக்கும் இளைஞனை வேடிக்கை பார்த்தபடி விரைந்து கொண்டிருக்கிறது இருபத்தியோராம் நூற்றாண்டு.

மிகவும் இலகுவான மொழியில் பார்வைப் புலத்தில் வெளிப்படும் காட்சிகள் வேறு உலகினைச் சித்திரிக்க முயலுகின்றன. பூபதியின் எளிய வரிகள் கருத்துரீதியில் செறிந்திருப்பது தற்செயலானது அல்ல. தன்னிலை அறிந்து, புறநிலை சார்ந்த வியப்பில் ஏதோ ஒன்றில் தன்னைப் பொருத்தி, எல்லாவற்றையும் பராக்குப் பார்க்கும் மனம் நடப்பு வாழ்க்கை குறித்த கேள்விகளைத் தொடர்ந்து முன்வைத்துக் கொண்டிருக்கின்றது. வேடிக்கை என்பது வாழ்க்கை முழுக்கப் பரவிவிடும் நிலையில், காலம் நழுவிச் செல்வது நுட்பமான கவிதை வரிகளாகியுள்ளன.

மரப்பாலம் கவிதை குறியீட்டு நிலையில் கடக்கவியலாத

வெளியைச் சூசகமாக உணர்த்துகிறது. இயற்கையிலிருந்து கிளம்பி வந்த ஆதி நிலை குறித்த உணர்வு இன்றும் மூளைக்குள் பதுங்கிக் கிடப்பதை மறுக்கவியலாது. 'நான் புல்லாங்குழலை வாசித்தேன்' என்ற கவிதை வரி வெறும் புனைவுதான்.

"இங்கே எனது வாகனம் நெடுஞ்சாலையில் விரைகிறது விடுதியிலிருந்து கணினிகளால் அலுவலகத்தை இயக்குகிறேன் எப்படிக் கானகம் திரும்ப இயலும் பழைய புல்லாங்குழல் ஒன்று மிச்சமிருக்கிறது.

மனித இருப்புக் குறித்த பிரக்ஞையுடன் நினைவுப்புலத்தில் விரிந்திடும் வெளி குறித்த பார்வையைப் பூபதி கவித்துவத்துடன் பதிவாக்கியுள்ளார்.

மனித உறவில் கணந்தோறும் ஏற்படும் நெருக்கமும் விரிசலும் அடுத்தடுத்து நிகழ்ந்து கொண்டிருக்கின்றன. எதையும் நிலையானதாகச் சொல்ல இயலாதவாறு சூழல் உருமாறித் தட்டையாகிக் கொண்டிருக்கிறது. நீ, நான் என்ற முரணில், நீ என்பது பல்வேறு 'நான்'களின் பிசிறான இழைகளின் நெசவில் ஒற்றைத் தன்மையாக வடிவெடுத்துள்ளது. அதிலும் புறக்கணிப்பும் உருகுதலும் தொடர்ந்து நடைபெறும்போது மனித மனம் படும் வேதனைகளும் துடிப்புகளும் அளவற்றுப் பெருகுகின்றன. பிரக்ஞையின் பன்முக அம்சங்களை 'அழைப்பின் விளையாட்டு' என்னும் கவிதை எளிய வரிகளில் வெளிப்படுத்துகிறது.

"காலையின் முதல் அழைப்பு மணி உனதாயிருக்க வேண்டும் இல்லையெனில் எனது அந்நாளைய தொலைபேசி அழைப்பு உன்னிலிருந்து ஆரம்பமாக வேண்டும் அப்படியொன்றும் அவசியமாய்ப் பேச வேண்டிய காரியம் ஏதுமில்லை என்பதை இருவருமறிவோம்.."

"உரையாடக்கூடிய அவசியமான காரியம் ஏதுமில்லையென்றபோதும் தொலைபேசியின் அழைப்பிற்காய் உனக்கும் எனக்கும் இடையிலான வெற்றிடத்தில் அலைந்து கொண்டிருகிறது மனம். பசியோடிருக்கும் நாயைப் போல"

இக்கவிதையை ஆண் பெண் உறவினுக்கு மட்டுமின்றி ஏற்றத்தாழ்வுடைய உறவு / காதல் / தோழமை / நட்புடைய எல்லோருடைய மனநிலைக்கும் விவரிக்கலாம்.

தமிழ் நவீனக் கவிதையுலகு மொழியின் வழியே எதிர்கொள்ளும் சவால்கள் அளவற்று விரிந்திருக்கும்நிலையில், பூபதியின் கவிதைகள் பால்கனியில் மலர்ந்திருக்கும் மலர்களெனத் தனித்திருக்கின்றன. 'பெயர்ச்சொல்' கவிதைத் தொகுதி மூலம் அறிமுகமான பூபதியின் கவிதை மொழியின் வளம் பல்கிப் பெருகியிருப்பதற்கான எடுத்துக்காட்டாக 'வெளிச்சத்தின் வாசனை' விளங்குகிறது. புதிய கவிதையின் அடியோட்டமான ஈர்ப்பு விசையினை அடையாளம் கண்டுள்ள பூபதி தொடர்ந்து கவிதைத் தளத்தில் செயல்படுவதற்கான அடித்தளத்தினை இத்தொகுப்பில் காண இயலுகின்றது. அடுத்துவரும் தொகுப்புகளில், நடப்பிலுள்ள கவிதை மொழியிலிருந்து விலகிடும் பூபதி தனக்கான புதிய மொழியைக் கட்டமைத்திடுவதற்கான மூல வித்துக்கள் இத்தொகுப்பிலிருப்பது அருமையான விஷயம் அல்லவா?

வெளிச்சத்தின் வாசனை, பா.தேவேந்திர பூபதி,
நாகர்கோவில்: காலச்சுவடு பதிப்பகம், 2006.

உயிர் எழுத்து

ஏழிலைக் கிழங்கின் மாமிசம்

தமிழில் நவீன கவிதைத்தளத்தில் தீவிரமாக இயங்குகிற கவிஞர்களின் எண்ணிக்கை பெருகிக்கொண்டிருக்கிறது. கடந்த பத்தாண்டில் வெளியான கவிதைத் தொகுதிகள் நம்பிக்கை அளிக்கின்றன. மங்கலான மொழியின் வழியே, இருப்பு குறித்த விசாரணை, கவிதை வரிகளாக வெளிப்படுகின்றன. வேறுபட்ட தத்துவங்களை உள்வாங்கிக் கொண்டாலும், உருவேற்றப்பட்ட சொற்கள், தனிமனித மனம் சலித்தெடுக்கும் வண்டல்களாகியுள்ளன. எல்லாம் நுகர்வுப் பண்பாட்டில், மதிப்பீடுகளின் வீழ்ச்சியில் கவிதை வரிகள் பதற்றம், நாடோடித்தன்மை, வெறுமை, கொண்டாட்டம் என இறுகிப்போயுள்ளன. வன்முறையை வாழ்வின் பகுதியாக அங்கீகரிக்கும் நெருக்கடியான பின்புலத்தில் இரா.சின்னசாமியின் ‘ஏழிலைக் கிழங்கின் மாமிசம்’ கவிதைத் தொகுதியை அணுக வேண்டியுள்ளது. புராதன நிலம் சார்ந்த மண்ணிலிருந்து நவீன உலகிற்குள் பயணிக்கிறவரின் உணர்வுகள், சின்னசாமியின் கவிதைகளில் வெளிப்பட்டுள்ளது எனச் சொல்லலாமா? யோசிக்க வேண்டியுள்ளது.

இயற்கையைத் தனக்குள் உள்வாங்கிக்கொண்ட சங்கக்கவிதை மரபு,‘எழுத்து’ சிறுபத்திரிகை முதலாக அறுபட்டுவிட்டது. நிலமும் வெளியும் அர்த்தமிழந்த நிலையில், மனதின் குமைச்சல்களை மையமிட்டு விரிந்த போக்கு இன்றளவும் செல்வாக்குடன் விளங்குகிறது. அன்றாட மொழிப் பயன்பாட்டினுக்கு எதிராகக் கவிதையின் இயங்குதளம், சூறாவளியின் மையம் போல சுழன்று கொண்டிருப்பதால், வாசக அனுபவம் செயலற்று உறைந்துள்ளது. கவிஞன், வாசகன் என்ற எதிரிணையில் படைப்பின் வழியாகக் கடந்து செல்லும் பரவசம், வாசகரை அடையாத சூழல் இன்று வலுவடைந்துள்ளது. ‘இதுதான்டா கவிதை... நீ என்ன சொல்வது, 1980க்கு முந்தைய கவிஞர்களின் ஜோலி முடிஞ்சிடுச்சு, என் கவிதைக்குச் சோடி போட கவிதை இருக்கா’... போன்ற ஆவேசக்

குரல்கள் கோப்பைகளிலிருந்து பொங்கி வழிந்தாலும், எல்லாம் உண்பதும் உறங்குவதும் பேசுவதுமாகப் பொழுது கழிகின்றது.

சின்னசாமியின் கவிதைகளுடைய தனித்துவம் என்ன என்ற கேள்வியுடன் பேச்சைத் தொடங்குவது சரிதானே. இயற்கை சார்ந்த சின்னசாமியின் கவிதைகள் என் கவனத்தை ஈர்க்கின்றன. தாவரங்களும், உயிரினங்களும் புழுங்கும் நிலவெளியில் அத்துவானக் காடு கொதிக்கும் வெயிலினூடே மண்ணைக் கொத்திக்கொண்டிருக்கின்ற குடியானவனுக்கும் சின்னசாமிக்கும் பெரிய வேறுபாடு எதுவுமில்லை. என்ன சின்னசாமி எல்லாவற்றையும் உற்சாகத்துடன் பராக்குப் பார்த்துக் கொண்டிருக்கிறார்.

உள்ளிலிருந்து பெருக்கெடுத்து ஓடும் நதியில்
சில மீன்கள் துள்ளிக் குதிக்கின்றன.
கொக்குகள் எப்பொழுதும் ஒற்றைக்காலை
மடித்து வைத்துக் கொண்டிருக்கின்றன.

சாதாரணமான இயற்கை நிகழ்வுகள்கூட சின்னசாமிக்கு கவிதை வரிகளாக வடிவெடுக்கின்றன.

களத்து மேட்டில் வண்ணாத்திக் குருவிகள்
சண்டையிட்டுக் கொண்டிருக்கையில்
ஆழ்கிணற்றுச் சுவர் மரத்தில்
கூடுகளை அமைத்துக் கொண்டிருந்தன
தூக்கணாங் குருவிகள்
வாய்க்காலில் குளித்த காக்கைகள்
உறவின் வரவிற்காய்
ஏங்கிக் கத்தும்போது
இப்படித்தான் எல்லாம் நிகழ்கின்றன.

சக உயிரினங்களைப் பதிவாக்குவது மட்டும் கவிஞரின் நோக்கமல்ல என்பது கவிதையின் கடைசி வரியில் வெளிப்படுகின்றது. மனிதன் மட்டும் ஏன் இப்படி ஆனான் என்ற கவிஞரின் ஆதங்கம் முக்கியமானது. தன்னிருப்பையே கேள்விக்குள்ளாக்குவது சூசகமாக நடைபெற்றுள்ளது.

'பச்சை நிறப் பசி' கவிதை, கவிஞரின் இருவேறு மனநிலைகளைத் துல்லியமாகப் பதிவாக்கியுள்ளது. கடந்த காலம் என்ற நினைவுத் தடத்தில் பயணித்தபோது, முகத்தில் சாணி வழியக்கூடை தூக்கியது, சோளத்தட்டை சுமந்து கோம்பு போட்டது, மஞ்சள் வாழைக்காடுகளில் களை வெட்டியது எனச் சம்பவங்கள் நினைவிலாடுகின்றன. இன்று அதிகாரத்தின் அடையாளமான சைரன் ஒலிக்கும் குளிரூட்டப்பட்ட வாகனத்தில் விரைந்தபோதும், 'கிணற்றில் பாறையிடுக்கில் கசியும் ஊற்று' என நினைவு கசிகின்றது. நிகழ்காலத்தின் வழியே கிராமத்தினுள் நுழைய முயலுவது, கவிதையைச் செறிவுள்ளதாக்குகின்றது. தப்பித்தல் என்பது சாத்தியமற்ற சூழலில் எது அசலான முகம்? அது அசலான இருத்தல் என்ற குழப்பம் மேலோங்குவது தவிர்க்கவியலாதது. இழந்தது குறித்த ஏக்க உணர்வினை, மெல்லிய தொனியில் வெளிப்படுத்தும் கவிதைவரிகள், வாசிப்பின் வழியே அவரவருக்கான வரிகளாக மாறுகின்றன.

கருக்குழந்தை
தன் பிண்டத்தையே உருக்கிச்
செங்குருதி தத்தம் செய்ததும் நடந்தது.

என விரியும் 'உச்சிக்காடு' கவிதை மலையடிவாரக் கிராமத்துப் பின்புலத்தில் படர்கின்றது. உயிர்ப்பும் அழிவும் என்ற ஆதாரமான நிலையும், கூடுதலும் பிரிவும் எனத் தகவமைக்கப்பட்ட இருப்பும் முடிவற்று நீள்கின்றன. மலையும் மலை சார்ந்த குறிஞ்சி நிலக்காட்சி, வதைகளின் களமாக உள்ளது. மலையும் காடும் விலங்குகளும் சூழ்ந்த இருப்பினில், மனிதன் தனது அடையாளத்தைத் தக்க வைத்துக்கொள்ள நிகழ்த்தும் போராட்டங்கள் காலங்காலமாகத் தொடர்கின்றன. எல்லாம் பேரழிவு என்ற கசப்பினூடே, நம்பிக்கையின் ஒளிக்கதிர் தோன்றாமலா போகும்? தங்கைக்கு மீண்டும் கரு உருவாகும் தானே?

'மந்தைக்குத் தப்பிய மேய்ப்பன்' கவிதையில் 'என்ன திணை இது' என்ற கடைசி வரி, கவிதைக்குச் செவ்வியல்தன்மையை அளிக்கின்றது.

அந்த ஆடு மந்தையிலிருந்து தவறிவிட்டது
கவிழ்ந்த பனியிலும்

மெல்லப் பெய்த தூறலிலும்
சேறு படிந்த தடங்களிலும்
அது பாதையைத் தவற விட்டிருக்கலாம்
தன்னுடைய
மந்தையை நோக்கிய அதன் அறையில்
நிலம் அதிர்ந்தது. தாழ்ந்த கிளைகளிலும்
பசும் இலைகளிலும்
அடர்ந்த முட்புதர்களிலும்
தனது வழியை அதனால் கண்டுகொள்ள
முடியவில்லை
மந்தையிலிருந்த ஒற்றைக் கிடாய் அது
ஆடு தனது மந்தையைத் தேடிக் கொண்டிருக்கிறது
மேய்ப்பன் ஆட்டினைத் தேடிக் கொண்டிருகிறாள்.

ஆடு — மேய்ப்பன் — மந்தை என்ற முப்பரிமாணங்களின் வழியே, அத்துவானக் காட்டில் நடைபெற்ற சம்பவம் கவிதையாகியுள்ளது. வெறுமனே நிலம் சார்ந்த கவிதை என ஒற்றை வாசிப்பினில் குறுக்கிவிட இயலாது. மந்தையை விட்டுப்பிரிய வேண்டுமென்ற துடிப்பும், மீண்டும் மந்தையைச் சேர வேண்டுமென்ற தவிப்பும் மனித இயல்புகள்தான். 'கழுத்தில் விழுந்த மாலை' கழற்ற முடியவில்லை' என்பது போல மந்தையுடனான உறவு, ஒட்டியும் வெட்டியும் நீள்கின்றது. மனித மனதின் நுட்பமான உணர்வை எளிய வரிகளில் பதிவாக்கியுள்ள கவிதை, சின்னசாமியின் கவித்துவ ஆளுகைக்குச் சான்றாக உள்ளது.

அறமும் வன்முறையும் குழம்பிக்கிடக்கும் இன்றைய சமூகத்தில், மனித இருப்பு அர்த்தமிழந்து கொண்டிருக்கிறது. 'ஏன் தேவனே ஏன் என்னைக் கைவிட்டீர்' என்ற யேசுவின் கதறல், நவீன மனிதனுக்குள் ஆழமாக ஊடுருவிக்கொண்டிருக்கின்றது. தனிமைதோய்ந்த மனநிலையில், இறுகிப்போன உணர்வில் வெளிப்படும் கவிதைகளில் சின்னசாமியின் இன்னொருமுகம் தெரிகின்றது. அகம் சார்ந்த பயணத்தில், சொற்களின் துரிதமான சேர்க்கைகள் கவிதைக்குப் புதிய மெருகினை அளிக்கின்றன.

இன்னும் சொல்வதற்கு நிரம்பச் சொற்கள் மீதமிருக்கின்றன என்ற மனநிலையைத் தோற்றுவிக்கும் கவிதை வரிகளில் கவிழ்ந்துள்ள மௌனம் தனித்துவமானது.

முழுநிலவு பைத்தியமாகக்
கரைந்து கொண்டிருக்கின்றது.

இன்னும் சில கவிதை வரிகள்:

மௌனக் கரங்களில் எல்லோரும்
நல்லவர்களும் கெட்டவர்களுமாய்
எதைத் தேடிக் கொண்டிருக்கிறார்கள்.

'ஏழிலைக் கிழங்கின் மாமிசம்' என்ற விநோதமான பெயருடைய கவிதைத் தொகுப்புப் பற்றிய எனது வாசிப்பு இப்படியாகப் பதிவாகியுள்ளது. உங்களுடைய வாசிப்புக்கோணம் வேறுவகையில் வெளிப்பட வாய்ப்புண்டு. கவிஞர் 'புணர்ச்சி' என்ற சொல்லை தன் மனப்போக்கினுக்கேற்பப் பல இடங்களில் பயன்படுத்தியுள்ளது சிலருக்கு அயர்ச்சியைத் தரலாம்; சிலருக்கு அச்சொல்லே கவிதைகளை வேறு புதிய தளத்திற்கு நகர்த்துவதாகத் தோன்றலாம். 'படைப்பாளியைப் பற்றி அறிந்துகொள்ள அவனது படைப்பே போதும்' என்ற ஜப்பான் திரைப்பட இயக்குநர் அகிரா குரோசாவா கூறியது, நிச்சயம் சின்னசாமிக்குப் பொருந்தாது. அடுத்த தொகுப்பினில் இன்னும் சின்னசாமியிடம் நிரம்ப எதிர்பார்க்கும்வகையில் இத்தொகுப்பு வீர்யமுடன் உள்ளது என்ற வழமையான முடிப்புடன் இப்பேச்சு நிறைவடைகிறது.

ஏழிலைக் கிழங்கின் மாமிசம், இரா.சின்னசாமி
காலச்சுவடு பதிப்பகம்: நாகர்கோவில்: 2012.

உயிர் எழுத்து, ஜூலை 2013

உறைமெழுகின் மஞ்சாடிப் பொன்

பூமியைத் தோண்டிச் சேகரிக்கப்படும் மஞ்சள் உலோகமான தங்கம், வரலாறு முழுக்க உலகமெங்கும் மக்களின் வாழ்க்கைக்குள் ஊடுருவி ஏற்படுத்திவரும் சேதங்கள் அளவற்றவை. யோசிக்கும்வேளையில் இரும்பினுக்கும் தங்கத்துக்கும் பெரிய பேதம் எதுவுமில்லை. ஓர் உலோகம் என்ற நிலையில் சங்க இலக்கியமான நற்றிணையிலே, 'பொன்செய் கொல்லன்' என்ற சொல் இடம் பெற்றிருக்கிறது. பொன்னினால் ஆபரணங்கள் தயாரிப்பு என்பதைவிட, அது சமூக மதிப்பீட்டில் பெரிய இடம் பெற்றது ஒருவகையில் விநோதம்தான். பெரும் போர்கள், படையெடுப்புகள், சூறையாடல்கள் எனத் தங்கத்தைத் தேடி நடைபெற்றவை காரணமாக அழிக்கப்பட்ட மனித உயிர்கள் கணக்கற்றவை. இன்று கணினி யுகத்திலும் காதிலும் கழுத்திலும் தங்க ஆபரணம் அணிந்தால்தான் 'மதிப்பு' என்ற நம்பிக்கை, தமிழரிடம் ஆழமாக உள்ளது. உலோகத்தை நகையாக மாற்றும் தொழில்நுட்பம் அறிந்த கைவினைஞர்கள் காலந்தோறும் படும் 'பாடுகள்' பற்றி யாருக்கும் எவ்விதமாக அக்கறையுமில்லை. பொன்னும் மணிகளும் முத்துகளும் என நாளும் கையாண்டு அழகிய அணிகலன்களை உருவாக்கும் கைவினைஞர்களின் உலகம் எப்படி இருக்கும்? பொருளியல்ரீதியில் விலைமதிப்பற்ற நவமணிகளையும், தங்கத்தையும் வேறு ஒன்றாக வடிவமைக்கும் ஆசாரிகளின் மனவோட்டத்தினைத் தானுபிச்சையாவின் 'உறைமெழுகின் மஞ்சாடிப் பொன்' கவிதைத் தொகுப்பில் காணமுடிகிறது. தமிழில் நவீனகவிதை மொழியைத்தாண்டி, வேறு புதியதான காட்சிகளைப் பதிவாக்கிவிடும் சூழலில், யதார்த்த இருப்பினை முன்னிறுத்தும் இத்தொகுப்பு வாசிப்பில் நெருக்கமாக உள்ளது. பொன்னை முன்னிறுத்தி விரியும் கவிதை வரிகள், தமிழுக்குப் புதிய பிரதேசத்தை அறிமுகப்படுத்துகின்றன.

மனித மனத்திற்குள் இயல்பாகவே படிந்திருக்கும் கலை மனோபாவத்தின் வெளிப்பாடு, கைவினைஞர்கள் மூலமாகவே

வெளிப்படுகிறது. பண்டைக்காலத்தில் பலரும் வேட்டை அல்லது வேளாண்மை மூலம் உணவைத் தேட முயன்றபோது, மரம், கல் அல்லது உலோகம் மூலம் புதிய வடிவங்களை உருவாக்கிட முயன்ற கைவினைஞர்களும், களிமண்ணிலிருந்து மண்பாண்டம் வடிவமைத்த குயவர்களும்தான் நாகரிகத்தின் தோற்றுவாய்கள். உலோகத்தை வைத்துக் கலை வேலைப்பாடுகளுடன் சிற்பம் அல்லது ஆபரணம் வடிவமைக்கும் கைவினைஞர்கள் ஒருவகையில் 'பிரம்மா' எனப்படும் கடவுள் போன்றவர்கள்தான். உலோகத்தைக் கனிவு ததும்பும் சிற்பமாக உருமாற்றும்போது, கலைஞனின் மனமும் அப்படைப்பினுக்குள் நுட்பமாகப் பொதிந்துள்ளது. கலைஞனின் படைப்புமனம் ஒவ்வொரு சடப்பொருளிலும் ஆழமாகப் பதிந்து, பல நூறாண்டுகள் கழிந்த பின்னரும் அசலாக வெளிப்படுவதுதான் கலையின் மேதைமை. இத்தகைய கலைக்குச் சொந்தக்காரர்களான கைவினைஞர்களின் நடப்புவாழ்க்கை இருத்தலுக்கான போராட்டமாக உள்ளது. சமூக அடுக்கில் பொருளாதாரரீதியில் உச்சநிலை வகிக்கும் மன்னர், ஜமீன்தார், நிலப்பிரவு, முதலாளி, கோடீஸ்வரர் எனப் பணபலம் மிக்கவர்களுடன் தொடர்பு இருந்தாலும், கைவினைஞர்கள் எல்லாக் காலக்கட்டத்திலும் பிரச்சினைகளை எதிர்கொள்கின்றவர்களாகவே உள்ளனர். ஏதோ ஒரு பொற்கொல்லன் செய்த தவறுக்காக ஆயிரம் பொற்கொல்லர்களின் தலைகள், பாண்டிய மன்னனால் துண்டிக்கப்பட்டன என்ற தகவல் தரும் பேரதிர்ச்சியினூடே புதிதான சிமிக்கியை வடிவமைக்க முயலும் தங்க ஆசாரியின் மனம் செயற்படுகின்றது. விநோதங்களும் புனைவுகளும் புத்தாக்கமும் நிரம்பிய கலைஉலகின் மேன்மைகளையும் இழிவுகளையும் சித்திரிக்கும் தாணுபிச்சையாவின் கவித்துவமனம், தமிழுக்குப் புதிய வரவாக உள்ளது.

யார்யாரோ தரும் தங்கத்தின் மாற்றினைச் சோதிக்க உரசும் உரைகல்லின் மீது படிந்துள்ள பொன்துகளை உறைமெழுகில் சேகரித்துப் பின்னர் அதை உருக்கும்போது கிடைக்கும் தங்கம், ஆசாரியின் கனவாக இருக்க முடியும். அதிலும் காதல் மனைவியின் விருப்பமான 'மழைத்துளி போன்ற கல்வைத்த தொங்கட்டான்' செய்வதற்காக, உறைமெழுகைக் கரித்தபோது மஞ்சாடிக்காய் அளவுகூடப் பொன் தேறவில்லை என்றபோது, மனம் அடைகின்ற

துயரத்தை தாணுபிச்சையா நுட்பமாகப் பதிவாகியுள்ளார். ஊரிலுள்ள பெண்களுக்குப் பல்வேறு டிசைன்களில் கம்மல், தொங்கட்டான், சிமிக்கி செய்து தரும் தங்கஆசாரியின் மனைவி காதில் வேப்பங்குச்சி செருகப்பட்டுள்ளது. கைவினைஞரின் கரங்கள் தங்கத்துடன் புழங்கினாலும், அவரை நேசிக்கும் பெண்ணுக்குத் தொங்கட்டான்' என்பது கனவாகவே எஞ்சியிருகிறது. மாபெரும் கலைஞன் எனினும், அவனது பொருளாதார வாழ்வின் அவலத்தினூடேயே வாழவேண்டிய நெருக்கடி கவிதைவரிகளில் அசலாகப் பதிவாகியுள்ளது.

விஸ்வகர்மா எனத் தங்களை அடையாளப்படுத்திக்கொள்ளும் கைவினைஞர்கள் மாபெரும் புராணகாலப் படைப்பாளியான மயனின் வழித்தோன்றல்கள். பிரமாண்டமான நகரங்களை நிர்மாணிக்கின்ற மேதைமை மிக்கக் கலைஞர்கள் இந்தியாவெங்கும் பரவியிருந்தனர். கல்லணை, அஜந்தா, எல்லோரா குகைகள், சித்தன்னவாசல் ஓவியம், தஞ்சைப் பெரியகோவில், ஹம்பி நகரம் எனத் தொடரும் பட்டியல் நீளமானது. மரத்திலும் பொன்னிலும் பிற உலோகங்களிலும் உருவாக்கிய அதியற்புதமான கலைப்படைப்புகள் காலத்தை வென்று தனித்து விளங்குகின்றன. எனவே தச்சர் பற்றிய புனைவுகள் தொன்மக்கதைகளாக நிலைபெற்றுவிட்டன. வைதிக இந்துசமயம் சார்ந்த புராணமரபு கைவினைஞர் பற்றிய கதையாடலை உருவாக்கியுள்ளது. அரச அதிகாரம் வரலாறு முழுக்க கைவினைஞர்களுக்கு எதிராக உருவாக்கிய கொடுமைகளைக் கட்டவிழ்த்துத் தாணுபிச்சையா புதிய வகைப்பட்ட சொல்லாடலைக் கவிதையின் மூலம் தொடங்கியுள்ளார்.

“மகேந்திரகிரி உச்சியில்
பறவைகளாய் வடிவமைத்த
விசைப் பொறிகளுக்குள்
கட்டி வைத்த குரங்குகளை
விண்ணில் ஏவிவிட்டு
நுண்ணறிவைச் சோதித்துக்
கொண்டிருந்தான்
தொல்வினைஞன்”

புராணக்கதைகளின் வழியாகப் 'பெருங்கடலில் பாலம்' அமைக்கும் தச்சன் பற்றிய புனைவு சுவராசியமானது.

"தலை கால்கள் றெக்கையென
உதிரி உறுப்புகளை
தச்சிணைத்து
சிற்பக் கண்திறக்க
சட்டென உயிர்பெற்று
சிறகடித்துப் பறந்தது
கருடன்"

தாணுபிச்சையாவின் சொற்கள் மூலம் கருடன் உயிர்பெற்று விண்ணில் பறக்கின்றது. ஒருநிலையில் கரடுமுரடான மரம் அல்லது கல் ஒழுங்கமைக்கப்பட்ட நிலையில் கருடன் வடிவெடுப்பது மட்டுமின்றி உயிர்பெறுவது விநோதம் மட்டுமல்ல, வாழ்வு குறித்த பெரும் கேள்வியை எழுப்புகிறது. தச்சனின் இருப்பு கடவுளுக்குப் போட்டியான இடத்தை உருவாக்குகின்றது. படைப்பது தச்சனா? கடவுளா? என்ற கேள்வியின் மூலம் வாழ்வு குறித்த விசாரணை தொடங்குகின்றது.

'காந்தக் கல் கோட்டை' பற்றிய கவிதை, செறிவான மொழியில் புராணத்தை முன்னிறுத்துகின்றது. தமிழர் வாழ்க்கையே குறிப்புமொழிகளில் நிரம்பியது. வீட்டு வாயிலில் நின்று கரையும் காகம் மூலம் வீட்டிற்கு யாரோ விருந்தாளி வரப்போகிறார் என அறியும் திறன் படைத்தவர்களுக்கு புனைவு என்பது புதிரானது அல்ல. தொன்மக்கதைகளின் வழியாக உலகை வியாக்கியானம் செய்து அர்த்தப்படுத்த முயலும் வாழ்க்கையில் நம்பிக்கைகளே முதுன்மையானவை. 'மகரபட்சி' கவிதை நுண்மையான வாசிப்பினுக்கு இடமளிக்கிறது.

"கடல் தின்றது போக
மீந்ததான ஏடுகளில்
தனக்குரிய சொற்களைத் தேடும்
மகர பட்சியொன்று
கடலைக் குடிக்கவும் திராணியற்று
முனங்குகிறது.."

என மகரபட்சியை அறிமுகப்படுத்தும் தாணுபிச்சையா, அது பறந்து செல்லும் பெருநகரப் பரப்பினையும், இறுதியில் நவகண்டி மணிகள் கோத்த மணிமாலையை ஆதிச்சநல்லூரில் கொண்டுபோய் புதைத்தது எனப் புனைவைக் கட்டமைக்கிறார். ஆதிச்சநல்லூரில் தோண்டியெடுக்கப்பட்ட பலநூற்றாண்டுகளுக்கு முற்பட்ட தங்க ஆபரணமென்பது, முகமறியாத தச்சனின் கைவேலையினை நினைவூட்டுகிறது. வரலாறு என்பது கைவினைஞர்களின் வழியே காலந்தோறும் பதிவாகிக் கொண்டிருக்கிறது என்ற தாணுபிச்சையாவின் கருத்தியல் நுட்பமானது.

"பின்னரும் அது
வெளிகளற்ற காலத்தில்
தனக்கான ஆகாயத்தைக் கனவித்தபடி
சிறகடித்துக் கொண்டிருக்கிறது"

என்ற மகரபட்சியின் பறத்தல் பற்றிய கவிதை வாசிப்பின் வழியாக வெவ்வேறு தளங்களுக்கு இட்டுச்செல்லும் வல்லமை படைத்தது.

யாளிதின்ற பெருந்தச்சன், ஆதிச்சித்தன், பெருங்கடலில் பாலம், திசாபலன், சம்பாடமை, தச்சனின் தசை கிழித்தவாள் எனப் பல கவிதைகள் தொன்மங்கள், பழமரபுக்கதைகள், கட்டுக்கதைகள், தேவதைக்கதைகள் மூலம் பழைய மரபை மீட்டுருவாக்க முயலுகின்றன. அறிவொளிக் காலத்தின் பகுத்தறிவை ஒதுக்கி வைப்பதுடன், மரபின் நீட்சியாக நடப்பு வாழ்க்கையை அர்த்தப்படுத்துவதும் தாணுபிச்சையாவின் கவிதைகளில் இயல்பாக நடந்தேறியுள்ளன.

ஆதிக்கலைஞன மயன் என்ற புனைவினில், மார்பில் பூணூல் அணிந்து கொண்டால் மட்டும், நடப்பு வாழ்க்கை மேம்பாடு அடைந்துவிடுமா? உன்னதமான கலைக்குச் சொந்தக்காரனான பொற்கொல்லனின் பட்டறை வாழ்க்கையும் குடும்ப வாழ்க்கையும் முரண்படுவது நடைமுறை சார்ந்துள்ளது.

"அம்மாவுக்கும் இருந்திருக்கக்கூடும்
அக்காக்கள் அம்மாவானதும்

காணாமல் போன நெற்றிப்பிறைச்சுட்டி
வாழைப்பூத் தொங்கட்டான்
சடைநாகம் எனாமல் பூசிய கொலுசும்
மற்றும் பெருங்கனவுகளும்”

இக்கவிதையின் தலைப்பு ‘கனவு’ கவிஞரின் மனநிலையை அப்பட்டமான வெளிப்படுத்துகின்றது.

மாபெரும் கைவினைஞன் ஆனால் அவனுடைய பட்டறையைத் தேடி வாடிக்கையாளர் வர இயலாத வறுமைச்சூழலில் என்ன செய்வான் கலைஞன்? வேறு தொழில் எதுவும் தெரியாத அவனுக்கு எழுதத் தெரியாத பிராயத்திலே, பொன்னை உருக்கிட அறிந்து, ‘காணும் யாவினுக்குள்ளும் மினுக்கத்தைத்’ தேட அறிந்தவனின் வாழ்நிலை சிக்கலுக்குள்ளாகிவிட்டது. ‘செம்பில் செய்து பழகிய மோதிரம்’ கவிதை, சிறுவனுக்குள் கனன்றுகொண்டிருந்த கலைவேட்கை தூண்டப்பட்ட விதத்தை அருமையாக விளக்கியுள்ளது.எப்படிப் பார்த்தாலும் தான் செய்யும் தொழிலின் மீது நேசிப்புடையவனின் யதார்த்த வாழ்க்கையின் மீது தொடர்ந்து வீசும் வெக்கை, கருணையற்று இருக்கின்றது. கலைஞனின் குடும்பத்தில் பெண்களின் நகைகளே விற்கப்படும் சூழலில், இருப்பு கேள்விக்குள்ளாகின்றது.

நகை என்பது பெண்ணுக்கு விலங்கு, புன்னகைதான் பெண்ணுக்கு அழகு என்ற நவீனக் கருத்து பரவிக்கொண்டிருக்கின்றது. என்றாலும் சிமிக்கி அணிந்த பெண்ணின் தோற்றப் பொலிவு குறித்து தாணுபிச்சையா எழுதியுள்ள கவிதைவரிகள் மனத்துக்குள் ஈரத்தைத் ததும்பச் செய்கின்றன. ‘அணிகலன்களின் தேவதை’ கவிதையில் அடையாளப்படுத்தப்படும் சிமிக்கி, ‘கிளிக்கூண்டு சிமிக்கி’, முகமறியாப் பெண்ணின் சிமிக்கி’ என அறிமுகமாகும் ‘சிமிக்கி’ பற்றிய கவிஞரின் பார்வை, அழகியலின் வெளிப்பாடு. பெண்ணும் பொன்னும் கலந்தநிலையில் இயற்கையாக அவதானிக்கப்படும் பொன் அணிகலன்கள் ஒருநிலையில் கொண்டாட்டமாக மாற்றம் பெறுகின்றன.

தாணுபிச்சையாவின் மஞ்சாடிப்பொன் உருவாக்கும் புனைவுகள் பற்றிச் சொல்ல நிரம்ப விஷயங்கள் உள்ளன.

அரூபமான சொற்களின் வாழ்வின் இருப்பையும், இண்டு இடுக்கையும் விசாரிக்க முயலும் நவீனத் தமிழ்க் கவிதைப் போக்கினிலிருந்து மாறுபட்ட பிராந்தியத்தைக் கவிதையாக்கியுள்ள தாணுபிச்சையாவின் முயற்சி, வாசிப்பின் வழியாக வேறுவேறு அனுபவங்களைக் கிளர்த்துகின்றது. மஞ்சள்பிசாசான தங்கத்தின் விநோதம் போலவே, தங்கம் பற்றிய கவிதைகளும் உள்ளன. யதார்த்த மொழியின் வழியாக மாய உலகைச் சிருஷ்டிக்கும் வேளையில், காலங்காலமாக நசுக்குண்ட கைவினைஞர்களின் கலை உன்னதத்தையும், இருப்பின் பேரவலத்தையும் சித்திரிக்கின்றன கவிதைகள். தமிழ்ப் பண்பாட்டு அடையாளத்துடன் ஒத்திசைந்து செல்லும் நெடிய மரபிலமைந்த கைவினைஞர்களின் வலியையும் விசும்பலையும், கொண்டாட்டத்தையும் கர்வத்தையும் சொல்லும் தாணுபிச்சையாவின் கவிதைகள் 'மகரபட்சி' போல எங்கும் பறந்துகொண்டேயிருக்கின்றன.

உறை மெழுகின் மஞ்சாடிப் பொன். தாணுபிச்சையா.
திருச்சி: உயிர் எழுத்து பதிப்பகம், 2008.

உயிர் எழுத்து, டிசம்பர் 2009

கோடை நகர்ந்த மழை

கவிதையானது மனதுடன் நெருங்கிய தொடர்புடையது. மனம் நினைவுகளின் வழியாக வாழ்க்கையின் சாரத்தையும் அனுபவங்களையும் ஈரத்துடன் பதிவாக்குகிறது. உணர்வுகள் கொப்பளிக்கும் மனம் கட்டமைக்கிற சொற்களின் வழியே கவிதை வடிவெடுக்கிறது. ஒருபோதும் முடிவற்ற மனதின் துடிப்புகள் கவிதையின் சொற்களாக வடிவெடுத்துப் புனைகிற உலகம், முடிவிலியாக விரிகிறது. ஒவ்வொரு கணத்திலும் பொங்கிப்பெருகுகிற அனுபவங்களைத் தொகுக்கிற கவிஞரின் அனுபவம் தனித்துவமானது. ஒப்பீட்டளவில் இயற்கையுடன் நெருக்கமான பெண்ணின் கவிதை மொழி, அன்றாட வாழ்வில் ஒத்திசைந்து உருவாக்கும் வரிகள், வாழ்வின் முக்கியமான தருணங்களை இயல்பாகப் பதிவு செய்கின்றன. 'கோடை நகர்ந்த கதை' தொகுப்பு மூலம் கனிமொழி.ஜி எளிய சொற்களின் வழியாக இருப்பின் பன்முகத்தன்மைகளைக் கவிதையாக்கியிருப்பது, வாசிப்பில் நெருக்கத்தைத் தருகிறது. நத்தையின் ஊர்தல் என்பது அதனளவில் இயல்பானது. மனித மதிப்பீட்டில் காலத்தை அளக்கும் முயற்சியில், நகர்கிற கோடையின் வெக்கையான கதையைச் சொல்வது மட்டுமா கவிஞரின் நோக்கம்?

பொதுவாகப் பெண்ணுடல் அரசியலை முன்வைத்துப் பெண் கவிஞர்கள் எழுதுகிற கவிதைகள், இன்று அழுத்தமான பாதிப்புகளை ஏற்படுத்தியுள்ளன. ஆணின் இருப்பைப் புறக்கணிக்கும் பெண்மொழியில் இருந்து விலகி, ஆணைச் சகபயணியாக ஏற்றுக்கொள்வதுடன், தனக்கான வெளியில் கவிதைகளைப் படைக்கிற பெண் கவிஞர்களில் கனிமொழி.ஜி குறிப்பிடத்தக்கவர். கனிமொழி தனக்கென உருவாக்கிக்கொண்ட உலகமானது பாசாங்கற்று இயல்பாக இருக்கிறது. ஏக்கம், துக்கம், கனவு, இழப்பு, வலி, காமம், வேட்கை எனப் பல்வேறு உணர்வுநிலைகளில் பிறருடன் கொள்கிற கவிஞரின் சமூக உறவானது, கவிதை மொழியின் ஆதாரமாகும். அரவமென

ஒரு துரோகம் என்ற கவிதை வரிகளில் நெளிகிற துரோகத்தின் முன்னர் மனிதன் மண்டியிடுவதைத்தவிர வேறு வழியில்லை.

சிலுவையோடு சேர்த்து
ஆணியறைந்த துளைகளில்
உதிரம் உறைந்தபின்
மெல்லப் பின்முதுகு பற்றி
நெளிந்தேறுகிறது
சிறு அரவமென
ஒரு துரோகம்

சிலுவையில் அறைதல் என்பது துரோகத்தின் வெளிப்பாடுதான். ஆனால் கனிமொழி சித்திரிக்கிற குருதி உறைந்த நிலையில் முதுகு வழியாக ஏறுகிற பாம்பு என்ற காட்சிப் படிமம், முடிவற்ற துரோகங்களின் கதையைப் பேசுகிறது. அரவம் என்ற உவமையும் நெளிந்தேறுகிறது என்ற விவரிப்பும், கவிதையை வேறு தளத்திற்கு நகர்த்துகின்றன.

பெண்ணுக்கும் ஆணுக்குமான உறவில் ஒருபோதும் தீராத கணக்குவழக்குகள் நிரம்ப உள்ளன. கண்ணுக்குத் தெரியாத தடுப்பு, இருவருக்குமிடையில் காற்றில் மிதக்கிறது. மனம் கட்டமைத்திடும் புனைவின் நீட்சியாகக் கனிமொழி சித்திரிக்கிற 'கதவுகள் அவசியம்' கவிதை நுட்பமான மொழியில் பூடகமான வெளிக்கு இட்டுச் செல்கிறது. மூடிய கதவை/ நீ வெறித்துக் கொண்டிருக்கிறாய்/ நான் உன்னை/ திறந்திட முயலவே இல்லை/ நானும்கூட/ வெளிப்புறம் தாழ் இல்லை நீயறிவாய்/ நானறிவேன் உட்புறமும்/ வெளியே நீயும்/உள்ளே நானும் நகரவில்லை/ தாழற்று இருப்பினும்/ கதவுகள் அவசியம்தான். இயற்கையான பாலியல் வேட்கைதான் என்றாலும் சமூகப் பெண், ஆண் என்ற நிலையில் ஒருவரையொருவர் நெருங்கிடுகையில் எதிர்ப்படும் கதவுகள் பற்றிய கனிமொழியின் அவதானிப்பு நுட்பமானது. அவருடைய சொற்கள் தேர்வு கவிதையின் அழகியலைச் செறிவு மிக்கதாக்குகின்றன.

பொதுவாக நவீன கவிதையில் காதல் பற்றிய பேச்சுகள் குறைவு. பதின்பருவத்தில் இயற்கையாக உடலில் கொப்பளிக்கிற காதல்,

தனித்துவமானது. காமம்/காதல் என்பவை பேசாப்பொருளோ அசட்டுத்தனமான உணர்வோ இல்லை. அதுபோல காதல் ஒருபோதும் பழமையடைவது இல்லை என்பது விநோதமானது. காதலின் இனிய தருணமான ஆண் — பெண் உறவு குறித்துக் காலங்காலமாக எழுதிக் குவிக்கப்பட்டுள்ள பிரதிகள் நிரம்பி வழிந்தாலும், கனிமொழியின் 'கூடற்காலம்' கவிதை உருவாக்குகிற மனப்பதிவுகள், காற்றில் சிறகடிக்கின்றன.

... ...

வெட்கிச் சிரித்த அவள் விழிகளோரம்
மகிழ்வின் வேர்கள் முளைக்கின்றன
முகமும் விழிகளும் ஒளிருமவளை நிறுத்தி
பின்னிலிருந்து அணைத்தபடி கண்ணாடியைச் சுட்டுகிறான்
உலகின் மிகச் சிறந்த காதற் சித்திரம்
மரச்சட்டகத்திற்குள் மெல்ல அசைந்தவாறிருக்கிறது
உயிர் பிணைந்த பின்னே இனி
உண்மையென்ன இன்மையென்ன
மரணம் தன்முடிச்சிலிருந்து
முற்றிலுமாக அவர்களை விடுவிக்கிறது

பெண்ணுக்கும் ஆணுக்கும் இடையில் அரும்புகிற காமத்தின் விளைவான உறவென்பது, இசையைப்போல வெளியெங்கும் மிதக்கையில், இருவரின் மனங்களும் பளிங்குபோல உருமாறுகின்றன. இந்நிலையில் உடலுறவு என்பது பெரும்பேறு. கனிமொழியின் கூடற்காலம் கவிதை, ஒரு புள்ளியில் காற்றில் மிதந்திடும் உடல்களின் கொண்டாட்டத்தையும் உறவின் உன்னதமான தருணத்தையும் பதிவாக்கியுள்ளது.

வாழ்தல் குறித்து அமைதியளிக்க முயலுகிற மதங்களின் பின்னர் பொதிந்திருக்கும் அரசியல், உலர்ந்த உடல்களை உருவாக்குகிறது. வெளியே தெரிகிற பிம்பங்களின் பின்னால் தக்கையாக இருக்கிற உடல் பற்றிய பதிவாக யசோதராவின் 'கண்ணிர் கவிதை', புத்தர் x யசோதரா முரணில் அழுத்தமான கேள்விகளை எழுப்புகிறது. துறவு என்ற சொல் இன்றுவரை ஆணுக்கு உவப்பானதாக இருக்கிறது. பெண் பூமியிலான இருப்பில்

சலித்துக்கொண்டு துறவியாக மாறுவதில்லை. பெரும்பாலான மதங்கள் உடல் குறித்த குற்றமனதை உருவாக்குவதுடன், எங்கோ இருக்கும் சொர்க்கம் பற்றிய புனைவைக் கட்டமைக்கின்றன. சித்தார்த்தன் திடீரென வீட்டைவிட்டுக் கிளம்பியபோது, மனைவியான யசோதராவிடம் கலந்து ஆலோசித்திருக்க வாய்ப்பில்லை. ஓரிரவில் தனித்து விடப்பட்ட யசோதராவின் துயரம் இன்றும் காற்றில் மிதக்கிறது. ஞானமடைந்த புத்தரை மகானாகப் போற்றுகிற உலகத்தினர், யசோதராவின் ததும்புகிற கண்ணீர்த் துளிகளை அறிந்திட வாய்ப்பில்லை. வழியெங்கும் முட்களாய் முளைத்திருந்தன/ யசோதராவின் கண்ணீர் என்ற கனிமொழியின் கவிதை வரிகள், கசப்பினால் ததும்புகின்றன; பெண்—ஆண் உறவின் அபத்தத்தைப் பேசுகின்றன.

பறவையின் பாதையில் சுவடுகள் இல்லை, காலத்தின் கடைசி மந்திரம், குறிஞ்சி நிலக் குருவியொன்று, வனம் பழகுதல் போன்ற கவிதைகள் இயற்கைப் பின்புலத்தில் உருவாக்குகிற மனப்பதிவுகள் முக்கியமானவை. உறவு, நட்பு, குடும்பம் என்ற குறுகிய வட்டத்தில் தத்தளிக்கிற உணர்வுகளின் வெம்மையில் தோய்ந்துள்ள பெரும்பாலான கவிதைகள், ஈரத்துடன் வாசகருடன் நெருங்கி உறவாடுகின்றன. பெண்ணெழுத்தில் சுயமாக உருவாக்கிக்கொண்ட வெளியில் கவிஞர் கனிமொழி. ஜியின் கவிதைமொழியானது தனித்து விளங்குகிறது.

கோடை நகர்ந்த மழை, கனிமொழி.ஜி.
உயிர்மை பதிப்பகம்: சென்னை.

தீராநதி

காஃப்காவின் கரப்பான் பூச்சி

கவிதை, மொழியின் வழியாகச் சித்திரிக்கிற விநோத உலகம் எப்பொழுதும் வசீகரமானது. சொற்களின் ஒருங்கிணைப்பில் வாழ்க்கையைப் பதிவாக்கிட முயலும்போது மந்திரம் போலச் செறிந்திடும் கவிதை வரிகள், வாசிப்பின் வழியாக உருவாக்கிடும் காட்சிகள் அற்புதமானவை. கவிதையை நேசிக்கத் தெரிந்த மனம், அழகியலின் வெளிப்பாடாகப் புற உலகை உள்வாங்கிடும் இயல்புடையது. தமிழைப் பொறுத்தவரையில் கவிதை எப்பொழுதும் சீரிளமைத் திறத்துடன் இரண்டாயிரமாண்டுகளாகச் செயலூக்கம் மிக்கதாக இருக்கிறது.

நிலமான்ய அமைப்புச் சிதலமடைகிற சமூகப் பொருளாதாரச் சூழலில் கவிதை வடிவம் செல்வாக்கிழந்து போகும் என்ற கணிப்பினைமீறி, ஆண்டுதோறும் நூற்றுக்கணக்கான இளம் கவிஞர்கள் தங்களுடைய முதல் கவிதைத் தொகுப்பினை உற்சாகத்துடன் வெளியிடுகின்றனர். இன்று கவிதை ஆக்கத்தில் பல்வேறு போக்குகள் முன்னிலைப்படுத்தப்படுகின்றன. எனினும் ஐம்பதுகளில் 'எழுத்து' சிறுபத்திரிகையில் பிரசுரமான இருண்மைக்குள் பயணித்த கவிதையின் பின்புலத்தில் பொதிந்திருக்கிற வைதிக சநாதன அரசியலைக் கண்டறியாமல், இன்றளவும் அந்த மாதிரிக் கவிதைகளை மட்டும் 'இது தாண்டா நவீன கவிதை 'என்று வரையறுக்கிற போக்கு நிலவுகிறது. இது, ஒருவகையில் தமிழ்க் கவிதை மரபுக்கு எதிரானது. யோசிக்கும்வேளையில் சங்க காலத்தில் தொடங்கிய கவிதையாக்கம், எப்பொழுதும் எளிமையாகவே இருந்திருக்கிறது.

பழந்தமிழ் இலக்கியச் சொற்களின் பொருள்கள் புரியாமல் இருக்கலாம் என்பதைத்தவிர தமிழ்க் கவிதை காலந்தோறும் வாசகர்களுக்கு நெருக்கமாகவே இருக்கிறது. இந்தப் பின்புலத்தில் கவிஞர் கடற்கரய் எழுதியுள்ள கவிதைகள் அடங்கியுள்ள 'காஃப்காவின் கரப்பான் பூச்சி' தொகுப்பினை அணுகிட வேண்டும். கவிதைதோறும் மாறுபட்ட கவிதைசொல்லியாகப்

புறவுலகை விசாரித்திடும் 'காஃப்காவின் கரப்பான் பூச்சி' நூல் அண்மையில் தமிழில் வெளியாகியுள்ள முக்கியமான கவிதைத் தொகுப்பு என்று சொல்வதில் எனக்குத் தயக்கம் எதுவுமில்லை. பின்நவீனத்துவம் மங்கலான மொழியமைப்புக் காரணமாகக் கவிதையை ஒதுக்கியிருந்தாலும், கடற்கரய் எழுதியுள்ள கவிதைகள் வாசிப்பில் மகிழ்ச்சியை ஏற்படுத்துகின்றன.

நவீனத் தமிழ்க் கவிதையாக்கத்தில் மொழிபெயர்ப்புக் கவிதைத் தொகுதிகளான முருகையன், எம்,ஏ.நுஃமான் மொழிபெயர்த்த பாலஸ்தீனியக் கவிதைகள் (1981), இந்திரன் மொழிபெயர்ப்பில் வெளியான அறைக்குள் வந்த ஆப்பிரிக்க வானம் (1982), மொலீனா தேன்மொழி, யமுனா ராஜேந்திரன் மொழிபெயர்ப்பில் பிரசுரமான சேகுவேரா கவிதைகள் (1986) குறிப்பிடத்தக்கன. மரபான கவிதைப் போக்குக்கு மாற்றாகப் புதிய மொழியில் வீர்யமான சொற்களுடன் கவிதைகள் எழுதுவதற்குப் பின்புலமாக மொழிபெயர்ப்புக் கவிதைகள் விளங்கின. அரசியல் என்பது தீண்டத்தகாததுபோல உன்னதமான விஷயங்கள் குறித்துக் கலாபூர்வமான மொழியில், மனதின் விகாசங்களைப் பதிவாக்குவதுதான் கவித்துவமானது என்று 'எழுத்து' சிறுபத்திரிகை காலகட்டத்தில் உருவாக்கப்பட்ட போக்கைச் சிதலமாவதற்கு, அரசியல் கவிதைகளின் மொழிபெயர்ப்புகள் முயன்றன. ஈழத்தில் நடைபெற்ற இன ஒடுக்குமுறைக்கு எதிராக எழுதப்பட்ட கவிதைகளின் உருவாக்கத்தில் மொழிபெயர்ப்புக் கவிதைகள் செல்வாக்குச் செலுத்தின. அந்த வரிசையில் கவிஞர் கடற்கரய் எழுதியுள்ள 'காஃப்காவின் கரப்பான் பூச்சி' கவிதைத் தொகுப்பு, அரசியல், சமூகப் பிரச்சினைகளுக்கு முன்னுரிமை தந்து எழுதப்பட்டுள்ளது.

2001 ஆம் ஆண்டில் பிரெஞ்சுக் கவிஞர் ழாக் பிரேவர் எழுதிய கவிதைகள் அடங்கிய 'சொற்கள்' தொகுப்பை வாசித்தவுடன் எனக்குள் ஏற்பட்ட கொண்டாட்டமும் பரவசமும் சொற்களில் அடங்காது. அந்தக் கவிதைகள் உருவாக்கிய ஒருவகையான பித்து மனநிலையில் நானும் சில கவிதைகளை எழுதினேன். சிறந்த கவிதை வாசகனின் மனதில் முடிவற்ற அனுபவங்களை ஏற்படுத்திடும் இயல்புடையது. ழாக் ப்ரேவரின் கவிதைகள், வாசித்து முடித்தவுடன் ஒருபோதும் முடிவடையாமல்

ஒருவிதமான தவிப்பு மனநிலையை ஏற்படுத்துகின்றன. மூாக் பிரேவரின் கவிதைகள் போலத் தமிழில் அரசியல் கவிதைகள் பிரபலமாகாத சூழலில் கடற்கரய் சமகாலம் குறித்து விவரித்துள்ள கவிதைகள் கவனத்திற்குரியன. காலந்தோறும் மனித மனம் கட்டமைத்துள்ள உலகையும் புனைவுகளையும் எளிய விவரணைகள் மூலம் கேள்விக்குள்ளாக்குகிற கவிதை மொழியில் கடற்கரய் தன்னுடைய கவிதைகளைப் படைத்துள்ளார். அவை, தமிழ்ச் சூழலில் அதிர்வுகளை ஏற்படுத்துகின்றன; நம் காலத்தின் கவிதையாகியுள்ளன. கடற்கரய், கவிதைசொல்லலில் புதிய வகைப்பட்ட போக்கினைக் 'காஃப்காவின் கரப்பான் பூச்சி' தொகுப்பில் முன்னிறுத்துகிறார். எதிர்காலத்தில் கடற்கரய்யின் கவிதையாக்க முறையைப் பின்பற்றிக் கணிசமான கவிதைத் தொகுப்புகள் வெளியாகிட வாய்ப்புண்டு.

கவிதைத் தொகுப்பின் தலைப்பு, ஓரிரவில் கரப்பான் பூச்சியாக உருமாறிய காஃப்கா சித்திரிக்கும் மனிதன் போல நவீன வாழ்க்கையில் பலரும் எதிர்கொள்கிற அவலத்தை நுட்பமாகப் பதிவாக்கியுள்ளது. நாம் வாழ்ந்துகொண்டிருக்கிற இன்றைய காலகட்டம் அவநம்பிக்கைகள் நிறைந்தது. இந்துத்துவா என்ற பேனரில் கார்ப்பரேட்டுகள் ஆட்சியதிகாரத்தில் வீற்றிருந்து எல்லாவற்றையும் சிதலமாக்குகிற அரசியலின் வெக்கை எங்கும் பரவியுள்ளது.

நள்ளிரவில் ரூபாய் நோட்டுகளைத் திடீரென மதிப்பிழக்கச் செய்தது, ஜிஎஸ்.டி அறிமுகம், புதிய வேளாண்மைச் சட்டங்கள், நாளும் உயர்ந்திடும் எரிபொருள் விலை என்ற சூழலில் கொரனோ வைரஸ் எல்லாவற்றையும் உலுக்கி விட்டது. இருந்த கொஞ்ச நம்பிக்கையும் துடைத்தெறிந்துவிட்டு, ஆயிரக்கணக்கான மைல்கள் கொளுத்துகிற வெய்யிலில் நடந்துபோன விளிம்புநிலையினரின் அவலம் காற்றில் மிதக்கிறது. நம்பிக்கைகள் எல்லாம் வற்றிப்போய் நிலவும் யதார்த்தத்தை ஏற்றுக்கொள்வதுதான் தேச பக்தியின் அடையாளம் என்று சங்கிகள் முன்வைக்கிற அரசியல் சூழலில் கடற்கரயின் கவிதைகள் சமகாலத்தின் எதிர்ப்புக் குரலாக விரிந்துள்ளன. தமிழ் போன்ற பாரம்பரியமான மொழியைக் கையாளுகிற கவிஞரான கடற்கரய் சமகால வாழ்க்கைக்கு நெருக்கமான உணர்வுடன் பரிசோதனையை மேற்கொண்டுள்ளார்.

மாற்றங்கள் பல்கிப் பெருகிடும்போது, யதார்த்த வாழ்க்கை எளிமையானதாக இல்லை. முன்னெப்போதையும்விட சிக்கலாகிக்கொண்டிருக்கும் சூழலில், கவிஞன் முந்தைய தலைமுறையினர் அறியாத விஷயம் குறித்து யோசிக்கிற நிலையில், கவிதையானது, அறிவு சார்ந்த உணர்வனுபவமாக மாறுகிறது. புதியனவற்றைப் புதிய மொழியில் பேச வேண்டியது கவிஞனுக்கு அவசியம் என்று ரஷியக் கவிஞர் மாயகோவ்ஸ்கி குறிப்பிட்டிருப்பது கடற்கரய்க்கு முழுக்கப் பொருந்துகிறது. அறிவு அதிகாரத்தின் குரலாகவும், இருப்பு வன்முறை சார்ந்தும் கட்டமைக்கப்படும்போது, கவிஞன் அவற்றிலிருந்து விலகி நின்று புனைகின்ற கவிதை மொழியின் வீச்சு முக்கியமானது.

அறிவியல் என்ற ஒற்றைச் சொல்லின் பின்னர் பொதிந்திருக்கிற கார்ப்பரேட்டுகளின் நலன்கள், ஒவ்வொரு மனிதனையும் தகவமைக்கின்றன. ஏற்கனவே மரபணு மாற்றப்பட்ட கத்திரிக்காய் தொடங்கி, ஒவ்வொரு இயற்கைப் பொருட்களையும் வணிகக் கொள்ளைக்காக மாற்றுகிற ஆராய்ச்சியில் உயிரியல் யுத்தம் நிகழ்கிறது. இப்பொழுது கொரோனா வைரஸ். ஆய்வகத்தில் கொரோனா வைரஸ் நுண்ணுயிரை உருவாக்கிட வேண்டிய தேவை என்ன? மனிதர்கள் கொத்துக்கொத்தாகக் கொள்ளை நோயில் மடிகின்ற சூழலில் இனிமேல் செய்வதற்கு என்ன இருக்கிறது? ஒட்டுமொத்தத் தமிழ்ச் சமூகமும் நம்பிக்கை இழந்து, வீட்டிற்குள்ளேயே முடங்கிபோய், பெரிதும் நிலைகுலைந்திருந்த சூழலில் கடற்கரய் எழுதியுள்ள 'இன்னும் முடியவில்லை இந்த ஆட்டம்' கவிதை வரிகள், ஒருவிதமான சுயஎள்ளல்தன்மையுடன் விரிந்துள்ளன.

இந்த நூற்றாண்டுதான்
எத்தனை புதிய கதைகளைப் பெற்றுள்ளது நண்பா?
முதலில், கரங்களைக் கழுவினோம்; போதவில்லை
பின் கால்களைக் கழுவினோம்; முடியவில்லை
அடுத்து காய்கறிகளைக் கழுவினோம்
எதுவும் உதவவில்லை.
மூக்கை மூடினோம்
முகத்தை மூடினோம்

வீட்டை மூடினோம்;
இன்னும் முடியவில்லை
இந்த ஆட்டம்,
விடாமல் சவக் குழிகளை மூடி வருகிறோம்.

இதுவரை நம்பிக்கை அளித்த கடவுள்கள், மதங்கள், தத்துவங்கள், மருந்துகள்... எல்லாம் கொரோனா வைரஸ் முன்னர் அர்த்தம் இழக்கிற அபத்தமான சூழலில் தொடர்ந்திடும் ஆட்டம் வேதனையானது. எல்லாவற்றிலும் இருந்து கைவிடப்பட்ட இருத்தலில் வாழ்தல் என்பது ஒருவகையில் சபிக்கப்பட்டது. ஆயிரமாண்டுகள் கடந்த பின்னர் கார்ப்பரேட்டுகளின் வேட்டைகள் தொடர்ந்திடும் சூழலில் மனித இனம், பூமியில் ஒருக்கால் உயிர்த்திருந்தால் கொரோனா வைரஸ் குறித்துக் கடற்கரய் எழுதியுள்ள கவிதை வரிகள் வரலாற்று ஆவணமாகி விடும். அமெரிக்காவைவிட இந்தியாவில் குறைவு; மகாராஷ்டிராவைவிட தமிழ்நாட்டில் குறைவு; சென்னையைவிட மதுரையில் குறைவு; மதுரை நகரைவிட சமயநல்லூர் கிராமத்தில் குறைவு; மேற்குத் தெருவைவிட புதுத் தெருவில் குறைவு ... என்று கொரோனா பற்றிய ஒப்பீட்டுப் புள்ளிவிவரக் கணக்கில் மகிழ்ச்சியடைகிற மனிதர்கள் பெருகியுள்ளது தற்செயலானது அல்ல. கொரோனா பெருந்தொற்றில் இருந்து தன்னுடைய குடும்பம் அல்லது தான் மட்டும் எப்படியாவது தப்பி உயிர் வாழ்ந்திட துடித்திடும் மனநிலைக்கு விதிவிலக்குகள் குறைவு.

எதுவும் நடப்பதற்கான சாத்தியப்பாட்டில் இன்றைக்கு எத்தனை சவக் குழிகள் மூடப்பட்டன என்று காட்சி ஊடகம் சித்திரிக்கிற தகவல் வெறுமனே எண்களாகிப் போனது வரலாற்றின் மாபெரும் சோகம். இந்தச் சூழலில் பூமியில் மனித இருப்பினுக்கும் கரப்பான் பூச்சியின் வாழ்தலுக்கும் பெரிய வேறுபாடு இல்லை எனக் கடற்கரய் சொல்கிறாரா? யோசிக்க வேண்டியுள்ளது.

ஒட்டுமொத்த நகரத்தைப் பெட்டிக்குள் அடைத்துவிட்டு, 24 மணி நேர பிரேக்கிங் செய்திகளைத் தொலைக்காட்சிப் பெட்டியின் முன்னர் பார்த்துப் பீதிக்குள்ளான மக்கள், ஒருநிலையில் பரிசோதனை எலிகளாக மாற்றப்பட்டனர். வீட்டின் ஜன்னலைத் திறந்துவைத்தால் கொரோனா வைரஸ் உள்ளே புகுந்து மரணத்தை

எதிர்கொள்ள நேரிடும் என்ற அச்சம் நிலவியது. திடீரெனத் தெருவின் இருபுறமும் தகரத்தினால் அடைக்கப்பட்டன; அப்புறம் வீட்டின் வாசல் தகரத்தால் அடைக்கப்பட்டது. தெரு, வீட்டைச் சுற்றிலும் வெண்மையான குளோரின் பவுடரின் நாற்றம். உயிருடன் சமாதியாக்கப்பட்ட சூழலில் வீட்டிற்குள்ளேயே இரு வாரங்கள் முடங்கி இருந்தவர்களில் உயிர் பிழைத்தவர்களின் ஆயுள் கெட்டி. சில ஆண்டுகளாக ஒரே அடுக்ககம் அல்லது ஒரே தெருவில் வாழ்ந்தவர்கள்கூட கொரோனா வைரஸ் பாதிப்பிற்குள்ளனவரைப் பார்த்த பார்வை சொல்லில் அடங்காது. எதிர்வீட்டினர் கொரோனா தொற்றுக்குள்ளானபோது சகமனிதர்களின் அணுகுமுறை எதிர்மறையானது. இத்தகைய சூழலை முன்வைத்துக் கடற்கரய் எளிய மொழியில் நடுத்தர வர்க்கத்தினரின் பொதுபுத்தியைக் கவிதை வரிகளாக்கியுள்ளார்.

சாலைகள் மூடப்பட்டன;
தெருக்கள் அடைக்கப்பட்டன;
வீதிகள் மறிக்கப்பட்டன;
சகலமும் மாறியது அங்கே!
நோயாளி வீட்டுக் கதவை மூடிய
ஊழியர் ஒருவர்
வெளிப்புறமாக நின்று
பெருந்துளை இட்டார்.
தகரத்தைக் கொண்டு
அக்கதவின் மீது
ஆணியை அடித்தார்.
அப்போதுதான்
பக்கத்து வீட்டுக்காரர் ஒருவர்
பாதுகாப்பாய் உணர்ந்தார்.
வீட்டின் உள்ளே
இருப்பவர்களின் வாழ்வைவிட
வெளியே வசிப்பவர்களின்
பாதுகாப்பு முக்கியம் என்றானது.
அண்டை வீட்டார் அல்ல;

ஊராருக்கும் இதே மனநிலைதான்.
வீட்டின் உள்ளே இருந்தவர்கள்
பேச்சற்று நிற்கையில்
மற்றொரு ஊழியர்
தன் கையிலிருந்த
ஆணி ஒன்றை
சுவரில் இறக்கினார்.
அது
அக்குடும்பத் தலைவரின்
நெற்றியில்போய் நேரே இறங்கியது.
இன்னொரு ஆணியை
இறக்கியபோது
இயலாமையின் வடிவமாய் இருந்த
அவ்வீட்டு பெரியவர் ஒருவர்
அதை இதயத்தில் தாங்கினார்.
குடுபத்தின்
மொத்த வாழ்வும் முடக்கப்பட்டது
முழு அமைதியை உணர முடிந்தது.
முதலில் முகத்தை
மூடக் கூறியவர்கள்; பின்
நோயாளிகளின் வீட்டை
சவப்பெட்டியாக்கினார்கள்.
ஆக்சிஜன் அளவை
உயர்த்த சொல்லிவிட்டு
வீட்டை சன்னல்களை
ஒவ்வொன்றாய் அடைத்தார்கள்.
அதன்பின்னர்
அர்த்த ராத்தியில்
விளக்கை ஏற்றிவிட்டு
ஜல்லிக் கரண்டியால்
சாப்பாட்டு தட்டில் ஒலி எழுப்பி

"Go கொரோனா Go" என்ற பாடலைப் பாடி
சகலரும் சந்தோஷமாக
உறங்கப் போனவர்கள்!

வெறுமனே தகவல்களின் தொகுப்பாகப் பதிவாக்கப்பட்டுள்ள இந்தக் கவிதை வரிகள், கவிதையின் மையத்தில் இருந்து வாசகனை வெளியேற்றுகின்றன. கவிதையின் ஒற்றைத்தன்மைக்குள் மூழ்கி, உறைந்திடாமல் பிரதியில் இருந்து அந்நியப்பட்ட நிலையில்தான் எதிர்வினையாற்ற முடியும். கவிதையின் இறுதி வரிகள் "Go கொரோனா Go" என்ற பாடலைப் பாடி/ சகலரும் சந்தோஷமாக/உறங்கப் போனவர்கள்! என்று கறுப்பு நகைச்சுவையுடன் முடிகிறது. என்னவொரு துயரம்? கடற்கரய்யின் கவிதை வரிகள் முடியும்வேளையில் வாசகனின் மனம், கவிதைக்குள் பயணித்துக் கண்டறிந்திட்ட புதிய உலகை அசை போடத் தொடங்குகிறது. ஒவ்வொரு மனிதனுக்குள்ளும் ஓர் உலகம் இருக்கிறது. ஏக்கம், கனவு, இழப்பு, ஆசை, விழைவு எனப் பல்வேறு உணர்வுநிலைகளில் பிறருடன் கொள்கிற சமூக உறவு, சொற்கள்மூலம் கட்டமைக்கிற செறிவு போன்றன கவிதை மொழியின் மூலமாகச் சாத்தியப்படுகின்றன. மனித சமூகத்தின மாபெரும் அவலம் நிகழ்கிறவேளையில் அதிகார வர்க்கம் எப்படியெல்லாம் மனிதர்களைப் பகடைக்காய்களாக உருட்டுகிறது என்ற புரிதலுடன்தான் கடற்கரய் சந்தோஷமாக உறங்கப் போனார்கள் என்று எழுதியுள்ளார். வேறு என்ன?

முதலில் சாயங்காலவேளையில் தட்டுகளைத் தட்டி ஒலியெழுப்புதல், பின்னர் மின் விளக்குகளை அணைத்துவிட்டு, மெழுகுவர்த்தி அல்லது டார்ச் விளக்கை ஒன்பது நிமிடங்களுக்கு ஒளிரச் செய்யுங்கள் என்று நாட்டின் பிரதமர் சொன்னது எளிதில் கடந்து போகிற விஷயமல்ல. அதிகாரத்தை முன்வைத்து எதைச் சொன்னாலும் நம்பிச் செய்கிற மந்தைகளாக மக்களை மாற்றுகிற அதிகார அரசியல், கொரோனாவை முன்வைத்து நடைபெற்றுள்ளது. பிரதமர் என்பவர் மக்களால் தேர்ந்தெடுக்கப்பட்ட நாடாளுமன்ற உறுப்பினர். இந்தியக் குடிமகன். அவ்வளவுதான். ஆனால் மோடியைச் சர்வ வல்லமை பொருந்தியவராக ஊடகங்கள் சித்திரிக்கின்றன.

மோடி கொரோனா குறித்து அமெரிக்க அதிபருடனும் இத்தாலிய அதிபருடனும் தொலைபேசியில் பேசினார் என்று ஒளிபரப்பாகும் செய்தியினால் இந்தியர்களுக்கு என்ன பயன்? விளையாட்டு வீரர்களுடன் மோடி பேசியதும்கூட அம்மன் சல்லிக்குப் பொறாத விசயம். இன்றிரவு மின்சார விளக்கை அணைக்காவிட்டால், அது அரசாங்கத்தை எதிர்த்த செயல்பாடு என்ற கருத்து, எங்கும் நுட்பமாகப் பரப்பப்படுகிறது. கொரானா மூலம் ஒருவிதமான அச்சத்தில் மக்களை ஆழ்த்திவிட்டால், அப்புறம் சர்வாதிகாரம்தான்.

ஊரடங்கினால் நாடெங்கும் எளிய மக்கள் பசியுடன் வாழ்கிற துயர வாழ்க்கையைப் போக்கிட துளியளவுகூட முயலாத மோடி, விளக்கேற்றி ஏன் இப்படி கோமாளித்தனம் செய்கிறார் என்று சிலர் நினைக்கலாம். இதெல்லாம் அடிப்படைப் பிரச்சினைகளில் இருந்து மக்களை திசை திருப்புகிற ஆர்.எஸ்.எஸ். அஜெண்டாதான். தெருவில் திரிகிற பசு மாட்டிற்குத் தினமும் கீரை வாங்கித் தின்னக் கொடுத்தால், எல்லாப் பிரச்சினைகளும் தீரும் என்று சொல்லி, நம்ப வைக்கிற சநாதனவாதிகளின் நீட்சிதான் மோடியின் விளக்கேற்றும் வைபவம். வயோதிகத்தினால் இயற்கையாக மரணமடைந்தவர் மோட்சமடைவதற்காக முப்பது நாட்கள் கழித்துக் குறிப்பிட்ட கோவிலில் விளக்கேற்ற வேண்டுமென்றும் அது மோட்ச தீபம் என்றும் அண்மைக்காலமாகச் சநாதனவாதிகள் சொல்கின்றனர்.

நாட்டின் பொருளாதாரம் கடுமையாக வீழ்ச்சியடைந்திருக்கிற சூழலில் கார்ப்பரேட்டுகளின் எஜெண்டாகவும், சநாதனவாதிகளின் நலன்களைப் பாதுகாக்கிறவராகவும் விளங்குகிற மோடி, கிராமத்தினர் சொல்வதுபோல காரியக் கிறுக்கன். எதைச் சொன்னாலும் நம்புகிறவர்களாக இந்திய மக்களை உருவாக்குவதன் பின்னர் பாசிஸம் பொதிந்திருக்கிறது. பெரும்பான்மையான ஜெர்மனியர்களின் சம்மதத்துடன்தான் ஹிட்லரின் பாசிஸம் அதிகாரத்தைக் கைப்பற்றியது என்பது வரலாறு. எதிர்காலத்தில் இந்தியாவில் பாசிஸம் அரங்கேற இருப்பதன் ஒத்திகைதான் கொரோனாவை முன்வைத்து நடத்தப்பட்ட நாடக நிகழ்வுகள். அதேவேளையில் வீட்டின் வாசலை தகரத்தால் அடைத்து முடக்கப்பட்டவர்களின்

மனச்சோர்வும், துக்கமும் சாதாரணமானவை அல்ல. அவை, இந்த நூற்றாண்டின் மாபெரும் சோகம். கடற்கரய் எழுதியுள்ள 'வைரலான புகைப்படம்' என்ற கவிதை, யதார்த்ததில் 2021 ஆம் ஆண்டில் வைரலான தமிழ்க் கவிதையாக எங்கும் பரவிட வேண்டும். அந்தக் கவிதை வாசிப்பின் எனக்குள் ஏற்படுத்திய அரசியல் பேச்சுகள் போல ஒவ்வொரு வாசகருக்கும் மாறுபட்ட பேச்சுக்களை உருவாக்கிடும் வல்லமையுடையது.

சங்க காலக் கவிதைகளிலே அரசியல் இடம்பெற்றுள்ள மரபை அறிந்திடாமல், நவீன கவிதையில் அரசியல் கூடாது என்ற பிதற்றுடலுடன் கவிதையைப் பளிங்கு போலக் கருதுகிற மனநிலை ஏற்புடையது அல்ல. தொல்காப்பியம், திருக்குறள் உள்ளிட்ட அற இலக்கிய நூல்களில் சொல்லப்பட்டுள்ள அரசியலுக்கு அளவேது? சரி, போகட்டும்.

கடற்கரய்யின் துல்லியமான அரசியல் அவதானிப்பு, கவிதையாக்கத்தில் வெளிப்பட்டுள்ளது. பன்னிரண்டு ஆண்டுகளுக்கு முன்னர் கண்ணாடிக் கிணறு கவிதைத் தொகுப்பு மூலம் இலக்கிய உலகில் அடியெடுத்து வைத்த கடற்கரய், இன்று முற்றிலும் மாறுபட்ட அரசியல் தளத்தில் கவிதைகளை எழுதியுள்ளார். 'பேசு' என்று கடற்கரய் எழுதியுள்ள கவிதை நுண்ணரசியலைப் பேசுகிறது.

காற்றைப் போல் பேசு!
தரைமட்டமாக்கும் நில அதிர்வைப் போல் பேசு!
விடாதே பேசு;
உன் வார்த்தைகளை கொட்டு!
உன் வெறுப்பை வெளியேற்று;
அவர்கள் விரும்ப மாட்டார்கள்.
இது உன் குரல்;
உன் மொழி;
உன் ஆற்றாமை; ஆகவே பேசு
மௌனம் அல்ல உன் மொழி
அமைதி அல்ல உன் வழி
இது ரணங்களின் பாதை

ரத்தத்தை ருசி;
வேசியை ஸ்நேகி;
பிச்சைக்காரர்களுடன் காதல் கொள்
சாக்கடையில் இருந்து புறப்படு
பேசு;
வெடிப்புற பேசு.
அவர்கள்
யாரும் உன்னைப் பேச மாட்டார்கள்!

மனிதர்கள் கண்டறிந்த மொழியின் வழியாகத் தொடங்கிய சமூக இயக்கம், ஒரு காலகட்டத்தில் சொத்துடமைப் பின்புலத்தில் மதங்களுடன் கூட்டுச் சேர்ந்துகொண்டு புலன்களை ஒடுக்குவதாக மாறியது. பேச்சு பேசுவதற்கு விதிக்கப்படும் தடைகள் நாளும் பெருகிடும் சூழலில் பேசு என்று கவிதையின் மூலம் கடற்கரய் அழுத்தமாகக் எதிர்க்குரல் கொடுத்திருக்கிறார்.

குறிப்பாக வைதிக சநாதனவாதிகளின் வருணாசிரமக் குரல் ஓங்கி ஒலித்திடும்வேளையில் அதற்கு எதிராகப் பேச வேண்டியதுள்ளது. மத அடிப்படைவாதத்துடன் கூட்டுச் சேர்ந்துகொண்டு இயங்குகிற கார்ப்பரேட்டுகளின் அதிகாரக் குரலுக்கு எதிராக எல்லோரும் பேச வேண்டிய தருணம் இது. இது உன் குரல்/ உன் மொழி என்ற கவித்துவ ஆவேசம் கவிதையில் ததும்புகிறது.

கிராமத்தில் எந்தவொரு விஷயத்தையும் தெளிவாகப் பேசுகிறவரை அகராதி என்று குறிப்பிடுவது வழக்கம். அன்றாடம் புழங்குகிற சொற்களுக்கு யாரும் அகராதியைப் புரட்டி பார்ப்பது இல்லை. பெரும்பான்மை மக்கள் கல்வியறிவு இல்லாமல் இருந்த காலகட்டத்தில் அகராதி, நிகண்டு குறித்து அக்கறைகொண்டது உயர் சாதியினர் என்று தங்களைக் கூறியவர்கள்தான். அப்புறம் இந்தியாவைக் காலனியாக்கிட வந்த ஐரோப்பியர்களுக்கு நிறைய அகராதிகள் தேவைப்பட்டன.

அதிகாரத்திற்கும் அகராதிக்கும் நெருக்கிய தொடர்பு இருக்கிறது. சொற்கள் எல்லோருக்கும் பொதுவானவை. சொற்களின் பின்னால் அர்த்தம் தேடியலைகிற சூழலும் கனமான

அகராதிகளும் கடற்கரய்க்கு விநோதமாகத் தோன்றுகின்றன. அகராதி என்ற கவிதை மூலம் கடற்கரய் சித்திரிக்கிற உலகு ஒருவகையில் மர்மம் தோய்ந்துள்ளது.

அகராதி என்பது
அவனது வாழ்வில் அறவே இல்லை. அது
அரிய பொருள் போல் அவனை அரட்டுகிறது.
நடுங்கும் கைவிரல்களை அழுத்திய அவன்,
அகராதியை லேசாகப் புரட்டுகிறான்.
அகர வரிசையில் உள்ள
அத்தனை சொற்களும் பீதியைத் தருகின்றன.
... ...
கடைசி வரை
அவன் தேடிய ஒரு சொல்
ஒரே ஒரு சொல்
எந்த அகராதியிலும் இல்லை.
அகராதிக்குள் அகப்படாத ஒரு சொல்லை
அவன் உள்ளம் உருட்டிக் கொண்டே இருக்கிறது.

இன்றையக் கல்விச் சூழலில் அகராதி தவிர்க்கவியலாத கருவி நூல். எனினும் சராசரி மனிதன் ஒருபோதும் தன்னுடைய வாழ்க்கையில் புரட்டி இருக்காத அகராதி குறித்த கடற்கரய்யின் கவிதையில் பகடி தோய்ந்துள்ளது. எல்லாம் தெரியும் என்று தலை வீங்கித் திரிகிற மனிதர்களுக்குக் குறியீடு அகராதிகளா? இன்னொருவகையில் அகராதிகளுடன் வாழ்வது தவிர்க்க இயலாதது என்பது கவிஞருக்குத் தெரியும்.

காலங்காலமாக நிகழ்ந்துகொண்டிருக்கிற சம்பவம் என்று எல்லோரும் கடந்து போகிற இடத்தில் பெண்ணின் இருப்பு இன்றளவும் இருக்கிறது. பெண்ணுடல் மீதான பிரேமையை முன்னிறுத்தித் தேவதை பிம்பத்துடன் புனையப்படும் புனைவுகளுக்கு அப்பால் பெரும்பான்மையான பெண்கள் எதிர்கொள்கிற வதைகளும் வலிகளும் தொடர்கின்றன. ஏன் இப்படியெல்லாம் நடக்கின்றன என்ற கேள்வியை யோசிப்பதற்குக்கூட யாருக்கும் நேரம் இல்லை. கடற்கரய்

எழுதியுள்ள 'கண்ணீர்' கவிதையில் கவிதைசொல்லியின் பார்வையும் பெண்ணின் கண்ணீரும் ஒத்திசைகின்றன. புறவயமான மனநிலையில் கண்ணீர்விட்டுக் கதறியழுதிட இடமற்ற சூழலில் வாழ்ந்திட நிர்பந்திக்கப்பட்ட பெண்களின் கண்ணீர் ததும்பிடும் அழுகைக்குப் பின்னர் வரலாற்றின் சோகம் தேங்கியிருக்கிறது. காலந்தோறும் துயரத்துடன் கதறியழுகிற பெண்களின் அவலம் குறித்த எளிய விவரணை போலக் கவிதை வரிகள் இருந்தாலும் வள்ளலார், பாரதி, பாரதிதாசன் சென்ற கவித்துவ ஆவேசத்துடன் கடற்கரய் தொடர்ந்து பயணிக்கிறார் என்று சொல்ல முடியும். அதற்கான ஆகிருதி கவிஞர் கடற்கரய் கவிதைகளில் பொதிந்துள்ளது.

பேருந்தில் கண்களைக் கசக்கியபடி
ஒரு பெண் பயணிப்பதைப் பார்த்திருக்கலாம் பலரும்,
என்னைப் போலவே?
உங்களைப் போலவே ஒரு பெண்ணின்
கண்ணீரை நான் நெருக்கத்தில் காண்கிறேன்.
அவள் கண்ணீர் யாருக்கானது என்பது தெரியாது.
கூடுதலாக 'அவள்' என்பதால்
கண்ணீரின் கனம் கூடுகிறது.
விம்மி விம்மி புடைக்கும் அவள் முகத்தைப்
பலரும் பார்க்கின்றனர், பலரும் பார்க்காதபடி.
நான் அவளை நேர்கொண்டுக் காண்கிறேன்.
அவள் கண்ணீரை சலனமற்று பார்க்கிறேன்.
அவள் முக வாட்டத்தை தயங்காமல் பார்க்கிறேன்.
அவள் முதன்முறையாக தன் கண்ணீருக்காக
பரிதவிக்கும் ஜீவனைக் காண்கிறாள்.
அவளது கண்ணீர் எதை தேடுகிறதோ
அது அவள் வாசலை நிறைக்கட்டும்.
அதை மறைப்பதற்குதான் அதிக சிரமப்படுகிறாள்.
... ...
அவளுக்கு ஒரு இடம் தேவை,
அவள் துயரத்தை முற்றிலுமாக வெளியேற்ற

மேலும் அந்தரங்கமாக உட்கார்ந்து
கொஞ்ச நேரம் வாய்விட்டுக் கதற.
அந்த இடம் எங்கே இருக்கிறது?
... ...
நிறைப் பெண்களைக் காண்கிறேன்.
பேருந்துகளில்,
திரையரங்களில்,
நடு வீதிகளில்,
மருத்துவமனை வராந்தாகளில்,
ஆதரவற்றோர் இல்லங்களில்,
அவர்கள்தான் அழுகிறார்கள். ஏனெனில்
கண்ணீர் அவர்களிடம்தான்
கடல்நீரைவிட அதிகம் இருக்கிறது.

தெருவில் கடந்து போகிறபோது சாதாரணமாக எதிர்கொள்ள நேரிடுகிற கண்ணீருடன் விசும்புகிற பெண் பற்றிய காட்சி அன்றாடம் நிகழ்கிறதுதான். காலந்தோறும் பெண்கள் கண்ணீருடன் ஆற்றாது அழுகின்ற அழுகைக்குப் பின்னர் பொதிந்திருக்கிற வலியை நுட்பமாகக் கடற்கரய் சித்திரித்துள்ளார். பெண்—அழுகை—கண்ணீர் என்ற சமன்பாட்டில் துயரத்தைக் கவிதையாக்குவதில் கடற்கரய்யின் மொழி ஈரத்துடன் கசிகிறது.

கவிதைக்குள் இருக்கிற நான், கவிஞரின் நான், கவிதை வாசிப்பில் உருவாகிடும் நான் போன்ற பல நான்களின் குவிமையமாக வெளிப்படும் கவிதையில் கடற்கரய் சித்திரிக்கிற நான், ஒருவகையில் பகடியானது. எல்லோரையும் பாடாய்ப்படுத்திடும் ‘நான்’ அவ்வப்போது அற்ப ஜந்து அல்லது கோடிக்கால் பூதம் போலக் காட்சியளிக்கிறது. பாரதியின் வசன கவிதையை இன்றைக்கு வாசித்தாலும் சமகாலத்தன்மையுடன் ஈரமாக இருக்கும். அந்த வழியில் கடற்கரய் சூழலையும் மனித இருப்பையும் பொருத்திக்காண்கிற ஆற்றலான மனதின் தேர்வு, ஞானத்தின் தேடலாகக் கவிதையின் ஊற்றாக நானைக் கண்டறிந்துள்ளார்.

வானில் பறக்கும் புள்ளெல்லாம் நான்.
வந்து அமரும் காக்கைகூட நான்.
நீரில் மிதக்கும் புழுப்பூச்சி எல்லாம் நான்.
வாத மரத்தின் இலை எல்லாம் நான்.
வான்கோழியின் இறகெல்லாம் நான்.
ஜோதி கதிரின் ஒளிப்பிழம்பு நான்.
மோதி வழியும் பிறைமதியும் நான்.

செங்குரங்கு நான்!
ஓடைகளில் அமர்ந்திருக்கும்
ஒல்லிக் குச்சி ஓணான் நான்!
மனித ஸ்பரிசத்தை விரும்பாத
மரவட்டை நான்!
பசலை இலைகளின் நடுவே
உழுது புரளும் புழுப் பூச்சி நான்!
இந்தப் பிரபஞ்சத்தின் உயிர் மூச்சு நான்!

ஓணான், வான்கோழியின் இறகு எல்லாம் நான் என்ற புரிதலுடன் இருக்கிற கவிஞரின் நான், ஒருநிலையில் ஒளிப்பிழம்பு, பிறைமதி, பிரபஞ்சத்தின் உயிர்மூச்சு என்று சமநிலை அடைகிறது. இயற்கையுடன் தன்னைப் பொருத்திக் காண்கிற கவிஞரின் மெய்யியல் தேடல் அற்புதமான கவிதை வரிகளாகியுள்ளன.

முதல் கவிதைத் தொகுதியான 'கண்ணாடி கிணறு' வெளியாகி, பதினொரு ஆண்டுகளுக்குப் பின்னர் கொரோனா காலத்தில் ஏற்கனவே இருந்த ஊடகப் பணியும் இல்லாத சூழலில் 30, அக்டோபர் 2020 அன்று தற்செயலாகக் கடற்கரய் மீண்டும் தொடங்கிய கவிதை ஓட்டம் 02, மார்ச் 2021 அன்று நிறைவடைந்துள்ளது. மொத்தம் 52 கவிதைகள். எண்ணிக்கையில் குறைவு என்றாலும் லார்வா பருவத்தில் இருந்து கூட்டைக் கிழித்துக்கொண்டு சிறகடித்த வண்ணத்துப் பூச்சியின் கிளர்ச்சிக்குக் குறைவில்லாத கவிதைகளைக் கடற்கரய் எழுதியுள்ளார்.

சமகால மனிதனைக் கவிதை மொழியின் வழியே திடுக்கிட வைத்து, உள்ளுணர்வைத் தூண்டுகிற எதிர்ப்புணர்வைக்

கவிதையில் கட்டமைத்துள்ள கவிஞர் கடற்கரய்யின் அரசியல் சாரம், இன்றைக்குத் தேவையாக உள்ளது. காலங்காலமாக இதுவரை சொற்கள் கட்டமைத்துள்ளவற்றைப் புரட்டுதல், கலைத்தல்மூலம் கட்டுடைத்தல், மரபு வழிப்பட்ட வாசிப்பில் அதிர்ச்சியும் பதற்றமும் ஏற்படுத்தி மீள் உருவாக்குதல் என்று கவிதையாக்கத்தில் கடற்கரய் நேர்த்தியுடன் படைத்துள்ளார். நம் காலத்தின் கவிதைகள் அடங்கிய 'காஃப்காவின் கரப்பான் பூச்சி', அவசியம் வாசிக்கப்பட வேண்டிய தொகுப்பாகும்.

காஃப்காவின் கரப்பான் பூச்சி, கடற்கரய்.
சென்னை: தமிழ் அலை பதிப்பகம்.

உயிர் எழுத்து

வெட்டவெளி வார்த்தைகள்

மனிதனுக்கும் கடவுளுக்குமிடையிலான உறவு சமூக வரலாற்றில் காலந்தோறும் பல்வேறு வழிகளில் பதிவாகிக் கொண்டிருக்கின்றன. அன்பின் வெளிப்பாடான கடவுள், அதிகாரத்தின் பீடத்தில் கொலு வீற்றிருக்கையில் சாதாரண மனிதன் கடவுளுக்கு அந்நியமானவனாகிறான். இந்நிலையில் சமூக அடுக்கில் உயர்நிலை வகிக்கும் குழுவினர் சமயத்தை நிறுவனமயமாக்கி ஆதாயமடைகின்றனர்.

அதற்கான ஒடுக்குமுறை விதிகள் சமயத்தின் பெயரால் தொடர்ந்து சராசரி மனிதர்கள்மீது விதிக்கப்படுகின்றன. நிலமான்ய சமூக அமைப்பு நிலவிய காலத்தில் நிலத்தில் உழைப்பதற்காகவே உயிர் வாழ்ந்துகொணடிருந்த உழைப்பாளிகள் தொடர்ந்து ஒடுக்குமுறைக்குள்ளானபோதும் ஏதோ ஒருவகையில் தத்தம் கடவுள்களை அடையாளங்கண்டு வணங்குவதன் மூலம் தம்மை அடையாளப்படுத்திக் கொண்டனர். இத்தகைய பின்புலமுடையோர், நிலவும் சமூக மதிப்பீடுகள், சமய நெறிமுறைகள் போன்றவற்றைக் கேள்விக்குள்ளாக்கியதுடன், நிறுவன எதிர்ப்பினையும் முன்னிலைப்படுத்தினர். தமிழகத்தில் வைதிக சநாதனம் அதிகாரத்தின் குறியீடாக மாறிய வேளை, அதற்கெதிரான எதிர்ப்புக் குரலைச் சித்தர்கள் கவிதையாகப் பதிவு செய்துள்ளனர். இதேபோன்று கி.பி.12ஆம் நூற்றாண்டில் கர்நாடகத்தில் வாழ்ந்த பல்வேறு பிரிவினர் சமய நிறுவனங்களுக்கெதிரான குரலைக் கவிதையாகப் பாடியுள்ளனர். கன்னட மொழியில் சிறப்பிடம் வகிக்கும் ‘வசனங்கள்’ என்று அழைக்கப்படும் பாடல்கள், அடித்தட்டு மக்கள் இறைவனை வழிபட அல்லது இறையனுபவம் பெற்றிட சாதி, இனம் தெரிழல் தடையில்லை என்பதனை வலியுறுத்தும்.

வீரசைவ மரபில் தோய்ந்த இக்கவிதைகளில் சாஸ்திர, சம்பிரதாய எதிர்ப்பு, உபநிடதம், வேத மறுப்பு, மூடநம்பிக்கை ஒழிப்பு, பக்தியுடன் இறைவனை அணுகுதல் போன்றன

வலியுறுத்தப்படுகின்றன. அவ்வகையில் ‘வசனங்கள்’ நிறுவன எதிர்ப்புக் குரலாக வெளிப்படுகின்றன.

வீரசைவ மரபில் தோய்ந்த பசவண்ணா அரசாங்கத்தில் நிதியமைச்சராகப் பணியாற்றினார். அவருடன் செருப்புத் தைப்பவர், படகோட்டி, பகல் வேஷதாரி, கோமாளி, மாடு மேய்ப்பவர், நெசவாளி, கன்னக்கோல் திருடன், தண்ணீர் தூக்குபவர் போன்ற பல்வேறு பிரிவினரும் சேர்ந்து தத்தம் தொழில் சார்ந்த அடையாளங்களைக் கவிதையாக்கி எளிய மொழியில் இறைவனைப் போற்றியுள்ளனர். தலித்துகள் மட்டுமின்றி முப்பத்து மூன்று பெண்களும் வசனங்கள் மூலம் இறைவனை வணங்கியது அன்றைய சமூகச் சூழலில் புரட்சிகரமான மாற்றமாகும். வைதிக இந்து சமயத்தின் வருணாசிரம அடிப்படையிலான சாதிய அமைப்பைச் சரணர் இயக்கமானது நடைமுறைச் செயற்பாட்டில் மறுதலித்துள்ளது. எனவே வசனங்கள் வெறுமனே கனவு காண்பதை முன்னிறுத்துகின்றன அல்ல; ஒடுக்கப்பட்டோரின் எதிர்ப்புக்குரலை வெளிப்படுத்தும் ஊடகங்களாகவும் விளங்குகின்றன. பசவண்ணா கல்யாணில் அனுபவ மண்டபம் என்ற சமூகப் பொதுவிடத்தை அமைத்தார். அங்கு இறையனுபவம் பற்றிய புரிதலை வசனங்கள்மூலம் கண்டறிய முயன்றனர். பசவண்ணாவின் கவிதை மொழி எளிமையானதெனினும் ஆழ்ந்து கருத்துகள் நுட்பமாகப் பொதிந்துள்ளன.

வேட்டைக்காரன் முயல் கொண்டு வந்தால்
தம்பிடிக்கு வாங்குவார்கள் ஐயா
நாடாள்பவனின் பிணமென்றாலும் துண்டு
பாக்குக்கு வாங்குவாரில்லை பாரய்யா
முயலை விடக் கஷ்டமானது மனித வாழ்க்கை
உறுதியாய் நம்புக நம் கூடல சங்கம தேவனை.

இருவேறு பிணங்களின் மூலம் புதிய மதிப்பீட்டினை நிறுவும் பசவண்ணாவின் கவிதைமொழியானது, திருமங்கையாழ்வாரின் கவிதை மொழி போல எளிமையாக விரிகின்றது. அல்லம்ம பிரபுவின் கவிதை இறையனுபவத்தை மிகை நடப்பியல்ரீதியில் விளக்குகிறது.

‘வாழ்க்கை என்னும் பிணம் விழுந்திருக்க
தின்ன வந்த நாய்களின் சச்சரவு பாருங்கள்

தாய்ச் சண்டை பார்த்துப் பிணமெழுந்து சிரித்தது
குஹேஸ் வரவென்னும் லிங்கம் அங்கில்லை பாருங்கள்'

இறைவனை எண்ணி உருகும் பக்திமயமான கவிதைப்போக்கில் நாய்ப்பிணம், சண்டை என முரண்பட்ட சொற்களின் மூலம் புனையப்பட்டுள்ள கவிதையானது சரணர் கவிதை சொல்லல் முறைக்குச் சிறந்த எடுத்துக்காட்டு.

படகோட்டி சௌடய்யா
உழைப்பாளி வீட்டில் படைப்புக் கடவுள் உண்ணும்போது
எங்கே போயின உங்கள் சாத்திரங்கள்?
சிற்பக் கதவு வேடனுக்குத் திறக்கும்போது
அணிந்த பூஜையில் விரயமாச்சே
கொப்பளிந்த நீரை உமிழ்ந்த போது எங்கிருந்தன
உங்கள் வேதங்கள்
உங்கள் வேதனையே வேண்டாம் என்பவன்
அம்பிதர சௌடய்யன்.

சடங்கு, ஆசாரங்களுக்கப்பால் கடவுளைக் கண்டுகொண்ட படகோட்டியின் குரல் புதிதாக விரிகின்றது. பக்தி இயக்கத்தின் வெளிப்பாடாகக் கன்னடத்தில் வெளியாகியுள்ள வசனங்களைத் தொகுத்து முப்பத்து மூன்று கவிஞர்களின் நூற்றியெட்டுக் கவிதைகளைத் தமிழில் வெளியிட்டுள்ள சாகித்ய அகாதமியின் முயற்சி பாராட்டிற்குரியது. எதிர்காலத்தில் இந்திய நாடு முழுவதும் நிறுவனத்திற்கெதிராக எழுப்பப்பட்ட கலக மரபின் அடையாளங்களைக் காண்பதற்கு இத்தகைய முயற்சிகள் உதவும். ஒற்றைக்கடவுள், ஒற்றை வழிபாடு என்று அதிகாரத்தின் குரல் வலியுறுத்தப்படும் இன்றைய சூழலில், நிறுவனங்களின் இறுக்கத்தைக் குலைத்து மாற்றுப்போக்கினை நிறுவுவதற்கான தளத்தை இத்தகைய வசனங்கள் ஏற்படுத்தித் தரும். இதுவே எதிர்ப்புக் கவிதைகளின் சிறப்பு.

வெட்டவெளி வார்த்தைகள் எச்.எஸ்.சிவப்ரகாஷ்,
(தமிழில்: தமிழ்ச்செல்வி).
சென்னை: சாகித்ய அகாதெமி, 2001.

சதங்கை, ஏப்ரல் 2002

நடைவண்டி

தமிழ் போன்ற பாரம்பரியமும் வரலாற்றுச் சிறப்பு மிக்க மொழியைக் கையாளுகிற கவிஞன், சமகால வாழ்க்கைக்கு நெருக்கமான உணர்வுடன் கவிதையையும் வாழ்க்கையை அணுகிட வேண்டியுள்ளது. முன்னெப்போதையும்விட சிக்கலாகிக்கொண்டிருக்கும் சூழலில், கவிஞன் முந்தைய தலைமுறையினர் அறியாத விஷயம் குறித்து யோசிக்கிறநிலையில், கவிதை வரிகள், அறிவு சார்ந்த உணர்வு அனுபவமாக மாறுகின்றன. நாளும் மாற்றங்கள் பல்கிப் பெருகிடும்போது, யதார்த்த வாழ்க்கை எளிமையானதாக இல்லை. கவிஞர் என்ற நிலையில் மொழியின்மீது ஆதிக்கம் செலுத்த முயலுகிறபோது, பதிவாகிற சூழல் குறித்த அவதானிப்புகள் கவனத்திற்குரியன. கவிதை என்பது கருத்தியலின் வெளிப்பாடு என்ற நிலை மாறி, மனித இருப்பின் பன்முகத்தன்மையானது, சொற்களின் வழியாக உருவாக்குகிற மனப்பதிவுகள் தனித்துவமானவை. நடைவண்டியை ஓட்டிக்கொண்டு கவிதை உலகில் யார் வேண்டுமானாலும் நுழைந்திடும் சூழலில், கவிஞர் பிருந்தா சாரதியின் தொடர்ச்சியான கவிதை முயற்சிகள் கவனத்திற்குரியன. 1992ஆம் ஆண்டில் தனது முதல் கவிதைத் தொகுதியான நடைவண்டிமூலம் அறிமுகமான பிருந்தா சாரதியின் கவிதைகளை 25 ஆண்டுகளுக்குப் பின்னர் மறுவாசிப்பிற்குள்ளாக்கிடும்போது ஏற்படுகிற மனப்பதிவுகள் முக்கியமானவை.

சதுரங்கம் என்ற பிருந்தா சாரதியின் தொடக்ககாலக் கவிதையே கவனத்திற்குரியது. சதுரங்க விளையாட்டின் விதிகள் துல்லியமாக வரையறுக்கப்பட்டிருந்தாலும் காய் நகர்த்துதல் ஒருநிலையில் புதிர்கள் நிரம்பியதாகி விடும். நகர்த்த முடியாத காய்கள்/ என்று எதுவுமில்லை/அவற்றை நகர்த்துவதற்கான/ பாதையை நீ அறியவில்லை எனத் தொடங்குகிற கவிதை வரிகள், சதுரங்க விளையாட்டுக்கு அப்பால் வேறு ஒன்றை வாசிப்பில் சுட்டுகின்றன. விளையாட்டு என்றால் வெற்றிxதோல்வி என்ற

எதிரிணைக்கு அப்பால் புதுமையாகச் சொல்வதன் மூலம் கவிதை வாசிப்பில் தனித்து விளங்குகிறது. எல்லைகள் விரிந்து கிடந்தாலும்/ உன் கைகளின் சுதந்திரம் / கட்டப்பட்டிருக்கிறது/ என்பது உணர் எனக் கவிஞர் சொல்வது திடீரெனக் கவிதையின் மொழிதலை வேறு ஒன்றாக மாற்றுகிறது. சதுரங்கப் பலகையும் அணிவகுத்து நிற்கிற காய்களும் மனதில் உருவாக்கிடும் சித்திரம், வாழ்க்கை அனுபவங்களைப் பதிவாக்கியுள்ளது. பிருந்தா சாரதி சதுரங்கம் கவிதையின் வழியாக உருவாக்கித் தந்திருக்கிற பிம்பங்களை வாசகன் ஏற்கும்போது, விழிப்புணர்வு மட்டுமின்றி, சூழலையும் புரிந்துகொள்ள நேரிடுகிறது. உனக்கிருக்கும்/ ஒரே சுதந்திரம்/உன் எதிரியுடன்/ கை குலுக்குவது மாத்திரமே என்ற இறுதி வரிகள், இன்றைய வாழ்க்கை குறித்த பகடி என்று சொல்ல முடியும். இங்கு யாருக்கும் அசலான தேர்வு என்பது சாத்தியப்படாத சூழலில் யார் நண்பர்? யார் எதிரி? என்று வரையறுப்பதுகூடச் சிரமம். கூர்மையான முரண் என்ற எதிர்நிலைக்கு மாறாகச் சுதந்திரம் என்ற சொல்லின் அர்த்தம், அபத்தமாகிப் போவதன் விளைவாகத்தான் கை குலுக்க நேரிடுகிற நிர்பந்தத்தைப் புரிந்திட முடியும். சிறந்த கவிதையானது வாசக அனுபவங்களை ஆழமாகவும் அகலமாக்குகிறது என்ற கூற்று, பிருந்தா சாரதியின் சதுரங்கம் கவிதைக்குப் பொருந்துகிறது.

'நட்பெனப்படுவது' கவிதை நட்பு என்ற ஒற்றைச் சொல்லின் பின்னால் பொதிந்திருக்கிற அரசியலை உரத்த குரலில் பதிவாக்கியுள்ளது. சமூகம், நட்பு என்ற சொல்லுக்கு உருவேற்றி வைத்துள்ள புனித மதிப்பீடுகள், நடப்பில் சிதலமாகிற யதார்த்தமானது ஏற்படுத்திய கசப்பில் ததும்பிடும் வரிகள், அழுத்தமாக வெளிப்பட்டுள்ளன. நட்பின் காரணமாக இருவரிடையே உருவான தொடர்பு என்றால், அதில் பிரிவு சொல், நாணயத்தின் மறுபக்கம் போன்று நிதர்சனமான உண்மை. காலங்காலமாகத் தாய்மை, நட்பு, காதல் என மனிதர்கள் போற்றுகிற உணர்ச்சிகளின் மறுபக்கம் கவனத்திற்குரியது. நட்பு குறித்துப் போற்றிடும் தமிழ்க் கவிதை மரபில், பிருந்தா சாரதி நண்பன் பற்றி விவரிக்கிற கவிதையானது, புதிய அனுபவத்தை புதிய வேகத்தோடு சொல்வதால், வாசிப்பில் அதிர்வை ஏற்படுத்துகிறது. கவிஞரின் இளமைப் பருவத்தில் எழுதப்பட்டதால்

கவிதைமொழியானது செறிவடையாமல், உணர்ச்சிகளின் குவிமையமாகத் தேங்கியிருப்பது, நட்பெனப்படுவது கவிதையின் பலவீனமான அம்சமாகும்.

நல்ல கவிதையின் இலக்கணம் என்பது, கவிஞரின் சுதந்திரமான வெளிப்பாடுதான். சங்க காலம் தொடங்கி தமிழ்க் கவிதைப் பாரம்பரியம் அதிகாரத்திற்கு எதிராகக் குரல் எழுப்புகிறது. தன்னிச்சையான மனவோட்டமும் சுயசிந்தனையும் மிக்க கவிஞன் யாருக்கும் எதற்கும் அடிமையாக இருப்பது இல்லை. ஒடுக்கப்பட்ட சமூகத்தின் குரலாகப் பொங்குகிற கவித்துவ வரிகள், வாசிப்பின் வழியாக ஏற்படுத்துகிற அரசியல் அதிர்வுகள் முக்கியமானவை. பிருந்தா சாரதியின் 'ஆயுதங்களின் வரலாறு' கவிதை இரண்டாயிரமாண்டு சமூக வரலாற்றில் ஆயுதம் வகித்த/ வகிக்கிற பாத்திரம் குறித்து நுட்பமான விமர்சனங்களை முன்வைத்துள்ளது.

எண்ணற்ற வீரர்களின்
இதயத் துடிப்பை நிறுத்தி
சரித்திரத்தின் இதயத்துடிப்பை
ஒலிக்கச் செய்த போர்வாள்
இன்று வெறும்
கண்காட்சிப் பொருளாகி விட்டது

மனிதகுல வரலாற்றின் பக்கங்களில் காலந்தோறும் நடந்த போர்களில் மனிதர்கள் சிந்திய குருதியின் கவிச்சி அடிக்கிறது. ஆயுதம் என்பது ஒவ்வொரு காலகட்டத்திலும் ஏதோவொரு காரணத்தை முன்னிட்டுச் சகமனிதர்களைக் கொன்றழிப்பதற்கான கருவியாக விளங்குவதைக் கண்டறிந்த கவிஞர் முன்னர் வாள், இப்பொழுது துப்பாக்கி, நாளை அணு ஆயுதம் என விவரிப்பது, துல்லியமான அரசியல் கவிதையாகும். யுத்த தேவதை என்ற சொல்லாட்சி ஏற்படுத்துகிற காட்சி தனித்துவமானது. வரலாறு முழுக்க ஆதிக்கத்திற்காக ஆண்கள் செய்த/செய்கிற கொடூரமான யுத்தங்களின் விளைவுகள் ஒருபுறம் எனில், யுத்தத்தைத் தேவதை எனப் பெண் பாலாக உருவகிப்பதில் காத்திரமான ஆண் மேலாதிக்க அரசியல் பொதிந்துள்ளது

சங்க காலப் பாடல்கள் தொடங்கிப் பொருள் வயின் பிரிந்துபோன கணவனுக்காகக் காத்திருக்கிற பெண்ணின் துயரமும் வலியும் தமிழ்க் கவிதையில் அழுத்தமாகப் பதிவாகியுள்ளன. நவீன வாழ்க்கைப்பரப்பில் பெரும் மாற்றங்கள் வந்துவிட்டதாக நம்புகிற சூழலிலும், பெண்ணின் இருப்பு இரண்டாயிரமாண்டுப் பாரம்பரியத்தில் தொடர்கிறது. பிருந்தா சாரதியின் 'நிலம் சூழ்ந்த தீவு' தமிழ்க் கவிதை மரபின் தொடர்ச்சியாக நீள்கிறது. என் தேவைகள்/ உனக்குப் புரிவதில்லை எனத் தொடங்குகிற கவிதையில் எந்தவொரு இடத்திலும் பெண் என்ற அடையாளம் எதுவும் இல்லை. நீ இல்லாத வீடு/ நிலம் சூழ்ந்த ஒரு தீவு என விரிந்திடும் வரிகளில் வெளிப்படுகிற ஏக்கம், நிச்சயம் பெண்ணின் மன உணர்வுதான். அரேபிய மணல்வெளியில் சுட்டெரிக்கிற பாலை வெயிலில் கருகிக்கொண்டிருக்கிற மணவாளன் என்ற மற்றமை குறித்த அனுபவம், கவிதையை வேறுதளத்திற்கு நகர்த்துகிறது. பெண்ணின் மனதுடன் ஒத்திசைந்து வெளிப்பட்டுள்ள கவிதை வரிகள், பிருந்தா சாரதியின் புனைவாக்கத்திற்குச் சான்றாக விளங்குகிறன.

'கண்ணாடியின் காதலன்' கவிதை வரிகள்மூலம் கவிஞர் சொற்களால் வருணிக்கிற காட்சியானது வாசிப்பில் ஏற்படுத்துகிற காட்சியில், மனித உணர்வுகள் தொக்கியுள்ளன. கவிஞரின் தன்னுணர்வற்ற அபோதமான நிலையில், மனதில் தொகுக்கப்பட்டு வகைப்படுத்தப்பட்ட அனுபவங்களின் செறிவாகக் கவிதை வெளிப்பட்டுள்ளது.

கண்ணாடியை இம்சிக்காமல்
தயவுசெய்து
விலகிச் சென்றுவிடு
போகும்போது
ஆணி அடித்து அதில் நீ
மாட்டி வைத்திருக்கும்
உன் பிம்பத்தையும்
கழற்றிக்கொண்டு போ

கண்ணாடி என்ற விநோதமான பொருள் பிரதிபலிக்கிற உருவம் என்பது இயற்கையானது என்ற மரபான புரிதலுக்கு

மாறாகக் கண்ணாடியைச் சமமானதாக கருதி விரிந்துள்ளன கவிதை வரிகள். அன்றாடம் காண்கிற கண்ணாடியுடன் எவ்விதமான கேள்விகளும் அற்று தொடர்ந்திடும் உறவில், இருண்மையாகப் பொதிந்துள்ள விஷயமானது எதிர்நிலையில் கவிதையாகியுள்ளது. காலியாகி இருக்கும்/ கண்ணாடியில்/ உன் உருவத்தை/ ஊற்றி நிரப்புவதால்/ என்ன லாபம்? எனக் கேட்கிற பிருந்தா சாரதி கண்ணாடியை முன்வைத்து அற்புதமான காட்சியை உருவாக்கியுள்ளார். பிம்பம் எனக் கண்ணாடிக்குள் தெரிகிற சித்திரம் ஒருவகையில் மாயம் போலச் செயலாற்றுகிறது. ஆனால் மனிதர்கள் ஒவ்வொரு நாளும் கண்ணாடிக்குள் தன்னை அறிந்திட முயலுவதும் வேடிக்கைதான். எளிய மொழியிலான கவிதை போலத் தோன்றினாலும், கவிதைக்குத் தொடர்பான செய்தி அடுத்து இடம் பெறும் என எதிர்பார்க்கும்போது, அது சொல்லாமல் தவிர்க்கப்பட்டிருப்பதால், வரிகளுக்கு இடையில் மௌனம் பொதிந்திருக்கிறது எனச் சொல்ல முடியும். அந்த மௌனம் கண்ணாடியைப் போல மர்மம் மிக்கதாகக் கவிதையை மாற்றுகிறது.

நடைவண்டி கவிதைத் தொகுப்பின் மூலம் தனது அனுபவங்களை வெளிப்படுத்தியுள்ள பிருந்தா சாரதியின் படைப்பாக்கத்தில் கவித்துவச் செறிவிற்கான அடையாளம் நுட்பமாகப் பதிவாகியுள்ளது. வெறுமனே கவிஞராகத் தன்னை வெளிப்படுத்துவதைவிடக் கவிஞருக்குள் தகித்திடும் வாழ்வியல் அனுபவங்கள், பெரிதும் கவிதை வரிகளாகியுள்ளன. கவிதை என்பது அழகியல் சார்ந்து ரசனை வயப்பட்டது என்ற பார்வைக்கு மாற்றாகக் கவிதை வரிகளால் சமூகத்தில் சிறிய அதிர்வை ஏற்படுத்த முடியாதா? என்ற ஆவேசம்தான் பிருந்தா சாரதியின் கவிதைகளுக்கான அடித்தளமாக அமைந்துள்ளது.

நடைவண்டி. பிருந்தா சாரதி.
சென்னை: புதிய நம்பிக்கை வெளியீடு, 1992.